ఆకలి

కథాసంపుటి

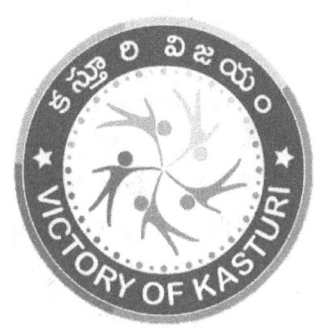

కస్తూరి విజయం
VICTORY OF KASTURI

భమిడిపాటి గౌరీశంకర్

Aakali
Kathasamputi

By
Bhamidipati Gowrisankar

ISBN: 978-81-962667-7-6

Print On Demand

Copy Right
Bhamidipati Gowrisankar

Ph:0091-9515054998
Email: Kasturivijayam@gmail.com

Book Available
@
Amazon, flipkart, Google Play, ebooks, Rakuten and KOBO

అంకితం

శ్రేయోభిలాషి, మృదుస్వభావి, స్నేహశీలి, మార్గదర్శి, నన్ను నిరంతరం
ప్రోత్సహించే మంచి మనిషి... బి.సి. కార్పోరేషన్ డైరక్టర్.. సీనియర్ జర్నలిస్టు
శ్రీ సదాశివుని కృష్ణ గారికి స్నేహ పూర్వకంగా...

అభినందన చందనం

డా॥ పులఖండం శ్రీనివాసరావు
రాష్ట్రస్థాయి ఉత్తమ అధ్యాపక పురస్కార గ్రహీత,
ప్రిన్సిపాల్
శ్రీ గాయత్రి కాలేజ్ ఆఫ్ సైన్స్ & మేనేజ్మెంట్
శ్రీకాకుళం

సౌమ్యశీలి, నిరాడంబరుడు, సహృదయుడు, సజ్జన సాంగత్యాభిలాషి, నిగర్వి, ప్రచారపేక్ష నిరపేక్షక కథారచయిత శ్రీ భమిడిపాటి గౌరీ శంకర్ గారి కలం నుండి జాలువారిన "ఆకలికథలు" పుస్తకంగా తీసుకురావడం సంతోషదాయకం. ఈ కథలన్నీ వివిధ ప్రసిద్ధ పత్రికలలో ప్రచురితమయ్యాయి. దాదాపు తెలుగు పత్రికలన్నీ గౌరీశంకర్ రచనలను ప్రచురిస్తున్నవి.

ఈ పుస్తకం గౌరీశంకర్ కు వివిధ సాహితీ అంశాల పట్ల ఉన్న అవగాహన, పట్టును తెలియజేస్తుంది. రచయిత సామాజిక జీవనం చేస్తూ ,సామాజిక అంశాలపై స్పందిస్తూ, అక్షరాల మణిదీపాలను వెలిగించి, దోషరహిత సమాజ పురోగమనానికి దారి చూపించే మార్గదర్శి. అటువంటి సమున్నత భావశబలత గలిగిన శ్రీ భమిడిపాటి మరిన్ని రచనలతో లోకాన్ని ప్రదీప్తం చేయాలని ఆకాంక్షిస్తూ... శ్రీ గౌరీశంకర్ గారికి అభినందన చందనం.

పులఖండం శ్రీనివాసరావు
10.04.2023
శ్రీకాకుళం

కృతజ్ఞతలు

'ఆకలి కథలు', పుస్తకరూపంలో రావటానికి సహకరించిన తెరవెనుక మిత్రులకు కృతజ్ఞతలు తెలుపుకోవటం నా ధర్మంగా భావిస్తాను.

నన్ను నిరంతరం ప్రోత్సహిస్తున్న గురుతుల్యులు.... స్నేహశీలి... మధురవచస్వి సాహితీమూర్తి.. మా కళాశాల ప్రిన్సిపాల్ డా॥ పులఖండం శ్రీనివాసరావుగారికి....

నన్నెంతగానో అభిమానిస్తున్న, ఈ పుస్తకాన్నీ 'అంకితం' స్వీకరించి ఆశీర్వదించిన ప్రముఖ జర్నలిస్ట్ శ్రీ సదా శివుని కృష్ణ గారికి.. నాకు వెన్నుదన్నుగా నిలుస్తూ.. నా ప్రతీ పుస్తక ప్రచురణకు ప్రోత్సాహమిస్తున్న మంచి మిత్రులు, చందు, చిన్నిలకు, నా సోదరుడు శ్రీ జగన్నాధరావు గారికి.... వదినలు..మరదళ్ళకు..

నా పుస్తకాలను చక్కగా ముద్రిస్తున్న ప్రచురణలు, కస్తూరి విజయం వారికి ... మరియు వారి సిబ్బందికి... కృతజ్ఞతలు తెలుపుతూ....

– రచయిత

ఓ మంచిమాట

జి.వి. స్వామి నాయుడు
గురజాడ విద్యాసంస్థలు
శ్రీకాకుళం

మా గురజాడ విద్యాసంస్థల అనుబంధమైన గాయత్రి డిగ్రీ కళాశాలలో ఆంధ్రోపన్యాసకునిగా విద్యా సేవలందిస్తున్న శ్రీ భమిడిపాటి గౌరీశంకర్ కథా రచయితగా సాహితీ పాఠక లోకానికి సుపరిచితులు. చక్కని సామాజిక స్పృహతో వచ్చిన వీరి రచనలు పోటీలకు నిలబడి ఎన్నో బహుమతులు, ప్రశంసలు అందుకున్నాయి.

ఏడు కథా సంకలనాలు మరియు "కె.జె.రావు – ఒక స్ఫూర్తి, ఒక దిక్సూచి" అనే జీవిత విశేషాలతో కూడిన రచనలు పాఠకుల ప్రశంసలకు ఆలవాలము. నేడు ఈ " ఆకలి కథలు" వెలువరించడం అభినందనీయం. కథా రచయితగా, పత్రికా సంపాదకునిగా, అధ్యాపకుడిగా, సౌమ్యశీలిగా, నిరాడంబరుడిగా, నిగర్వీగా, నిబద్ధత తో కూడిన జీవనశైలి గలిగిన శ్రీ గౌరీశంకర్ గారు మా సంస్థలో ఉద్యోగి కావడం మా సంస్థ అదృష్టంగా భావిస్తూ – అభినందిస్తూ, ఉన్నత సోపానాలు అధిరోహించాలని ఆకాంక్షిస్తూ... గాయత్రి మాత చల్లని దీవెనలు ఎల్లవేళలా వీరికి ఉండాలని, ఆయురారోగ్య భోగాలతో విలసిల్లాలని కోరుకుంటూ....

10.04.2023
తేది : 27–09–2022

జి.వి.స్వామి నాయుడు
శ్రీకాకుళం

అభినందన

అభ్యుదయ సమాజ నిర్మాణానికి సాహిత్యం ఎంతగానో ఉపకరిస్తుంది. సాహితి ప్రక్రియలలో 'కథ' కు సముచిత స్థానముంది. శత వర్షాలకు మించిన 'కథా' ప్రయాణంలో నూరేళ్ళ సమాజ గమనముంది. సంస్కరణల ఫలిత ప్రతిబింబాలున్నాయి. రచయిత 'భమిడిపాటి గౌరీశంకర్' గత రెండు దశాబ్దాలుగా మంచి మిత్రుడు.

ఈ మిత్రుడి సాహిత్య కృషి అభినందనీయం. గతంలో కూడా ఎన్నో గొప్ప రచనలు చేసి ఉన్నారు. 'ఆకలి' కథా సంపుటంలో సమాజ గమనం ఉంది. అనుబంధాల అల్లిక ఉంది.

భమిడిపాటి నుండి మరిన్ని సామాజిక పరమైన ప్రయోజనకర రచనలు రావాలని ఆశిస్తూ.. అభినందనలు.

ధర్మాన కృష్ణ దాసు
శాసన సభ్యులు,
పూర్వ మంత్రివర్యులు, ఉపముఖ్యమంత్రి.

ఆత్మీయ స్పర్శ

కేశ్వర రావు ఉప్పాడ
అసిస్టెంట్ కమీషనర్
రాష్ట్ర పన్నులు – నరసన్నపేట

భమిడిపాటి గౌరీశంకర్ నాకు మంచి మిత్రుడు. మంచి సాహితీవేత్తగా కూడా తెలుసు. ఆయన గతంలో కొన్ని కథా, సాహితీ వ్యాస సంకలనాలు తీసుకువచ్చారు. రచయితగా, అధ్యాపకునిగా 'వేదిక' సంపాదకునిగా, కథకునిగా, కాలమిస్టుగా నిరంతరం రచనలు చేస్తున్నారు.

గౌరీశంకర్ 'అకలి' కథాసంపుటిలో పదహారు కథలున్నాయి. అన్నింటిని సమగ్రంగా విశ్లేషిస్తే చదువరికి ఆసక్తి తగ్గి విసుగు కలిగే ప్రమాదం ఉంది. క్లుప్తంగా చెప్పాలంటే కథల యొక్క లక్షణ లక్ష్యాలను రచయిత 'శీర్షిక'లోనే చెప్పేసారు. 'అంతర్లీనంగా ఓ రూపు'ను ప్రదర్శించారు. అక్షరబద్ధం చేసారు. ముఖ్యంగా 'ఆకలి' కథ నిజంగా మంచి కథ. ఇలా జరగవచ్చునా... జరుగుతుందా అనే ప్రశ్నలు పాఠకునికి జనిస్తాయి. అలా అనిపించాలి కూడా! అదే మంచికథ అవుతుంది. కొన్ని కథలు శాసిస్తాయి. కొన్ని మనసును రంజింపచేస్తాయి. కొన్ని... మనల్ని వెంటాడుతాయి. ఇటువంటి కథలు ఈ సంపుటిలో ఉన్నాయి. 'వస్తువు'లు మధ్యతరగతికి చెందినవి. పారిశ్రామికీకరణ తరువాత ఏర్పడిన వర్గమిది. వీరు మీదకు వెళ్ళరు (ప్రయత్నం చేయక). క్రిందకు దిగజారరు. (నైతికత అనే పలాయనవాదం) ఈ పదాలుకు ముందు వెనుకలు 'గొంగళి పురుగు' 'ఆకలి' 'మేం సుఖంగా లేమా' 'ఎందుకిదంతా' అనే కథలలో ఉన్నాయి. అయితే ఇది అస్పష్ట దృశ్యం. బహుశా 'రచయిత తానెరిగిన సమాజం గురించే రచనలు' చేయాలనే కొ.కు గారి తత్వం గౌరీశంకర్ పైన ప్రభావం చూపుతుందని నా భావన.

'ఆకలి' కథా సంపుటిలోని కథలన్ని వివిధ ప్రసిద్ధ పత్రికల్లో ముద్రితమయినవే. అయితే అన్నీ మంచివని కాదు. అలాగని 'అవునని' నా ఉద్దేశ్యం కాదు. రచన రచయిత అలోచన, సమాజ స్థితి గతులు, పత్రికల వారి నియమ నిబంధనల మధ్య రచించే కాలమిది. ఈ దృష్టికోణంలో 'ఆకలి' కథలను సమీక్షించుకోవాలి.

చలంగారి 'యుద్ధరావం' (తనకి ప్రపంచానికి సామరస్యం కుదిరిందాక కవి చేసే అంతర్, బహిర్ యుద్ధ రావమే కవిత్వం) శ్రీశ్రీగారి (పుడమి తల్లికి పురిటినొప్పులు కొత్త సృష్టిని స్ఫురింపచేస్తాయి) 'పురిటి నొప్పుల'ను భమిడిపాటి 'ఆకలి' కథాసంపుటి నాకు గుర్తుకు తెస్తుంది అనడంలో అతిశయోక్తి లేదు.

ఈ ఆత్మీయ స్పర్శ – నాకిచ్చే స్నేహ పూర్వక గౌరవంగా భావిస్తూ – భమిడిపాటి వారి భగీరథ ప్రయత్నానికి అభినందనలు తెలుపుతున్నాను.

మిత్రుడు
కేశ్వర రావు ఉప్పాడ

x

కథల వరుసక్రమం

ఆకలి

నాకీ జైలు జీవితం హాయిగానే ఉంది. ఎవరైనా, ఎప్పుడైనా వచ్చి నన్ను తీసుకుపోతారేమోనని బెంగ. నాకెవరూ లేరు. ఎవరూ మిగలలేదు. నేనొక్కన్నేనేనొక్కణ్ణే! కాని, ఎందుకో బెంగ.

నా మాటలు మీకు చిత్రంగా తోచవచ్చు. జైలు జీవితం హాయిగా ఉందనటంలో నా వెర్రితనం మీకు కనిపించవచ్చు.

కాని, ఇలా నేను ఎందుకంటున్నాను. మీకు తెలిస్తే, బహుశా మీరు కూడా నాతో ఏకీభవించవచ్చు, వించకపోవచ్చు. అది మీ వ్యక్తిగతం.

నేనోసారి, మా ఊర్లో జరుగుతున్న హరికథకు వెళ్ళాను. ఆ కథలో ఏనుగు కాలును మొసలి పట్టుకోవడం అన్యాయం అనీ, ఏనుగు ధర్మం తప్పని కరిరాజని హరిదాసుగారు చెప్పారు. కనుకనే భగవంతుడు ఏనుగు రక్షణ కోసం ఎటువంటి దుస్తులు ధరించకుండా, ఆదరాబాదరగా పరుగెత్తుకొని వచ్చేసాడని కూడా చెప్పారు.

అప్పుడు నాకనిపించింది. ఏది న్యాయం, ఏది ధర్మం అని. న్యాయం, ధర్మం చాలా చిత్రమైన పదాలుగా నాకు తొలిసారిగా, అదిగో, అప్పుడే అనిపించాయి.

తరువాత, తరువాత వీటి గురించి చాలా ఆలోచించాను.

ఇదిగో, ఇప్పుడు ఈ జైలులో కూడా హాయిగా రెస్టు తీసుకుంటూ ఆలోచిస్తున్నాను. వాల్మీకి, పూర్వాశ్రమంలో రత్నాకరుడు. దారి దోపిడీలు చేసి, కొండొకచో మర్డర్లు చేసి, డబ్బు సంపాదించి సంసారాన్ని పోషించేవాడు.

ఒకనాడు నారదుడు వచ్చి ఛీ, ఛీ! ఇదన్యాయం. నీకు ముక్తి, భక్తి మార్గం చూపుతాను. తన మాట వినమన్నాడు. అలాగే అన్నాడు రత్నాకరుడు. కాని, ఎందుకైనా మంచిదని ఇంటికి వెళ్ళి తన భార్యతో మాట్లాడి వస్తానన్నాడు. సరేనన్నాడు నారదుడు.

రత్నాకరుడు, విషయాన్ని తన భార్యకు చెప్పాడు. “మీ నిర్ణయం అధర్మం. ఏ పనైనా సరే పెళ్ళాం, బిడ్డలను పెంచి పోషించవలసిందే. ప్రాణాలు నిలుపుకోవలసిందే! ఇదే ధర్మం” అంది.

ఇక్కడే రత్నాకరుడికి ఓ సమస్య వచ్చింది. ఏమిటంటే నారదుడు చెప్పింది న్యాయమా, తన భార్య చెప్పింది ధర్మమా? ఎవరి మార్గాన్ని తానెంచుకోవాలి?

చివరకు న్యాయ మార్గాన్ని ఎంచుకున్నాడు. వాల్మీకిగా మారాడు. అంటే న్యాయం మనిషిలో మార్పును తెస్తుందన్నమాట.

మరి ధర్మం తప్పని ధర్మరాజు, న్యాయం గురించి అతనికి తెలియదని అనుకోవచ్చా? న్యాయం తెలిస్తే, 'అశ్వత్థామ అతః కుంజరహ' అని ఎందుకన్నాడు? అంటే తన అవసరార్థం, ధర్మం కోసం, న్యాయాన్ని తప్పవచ్చునన్నమాట.

అవినీతి చేస్తే అన్యాయం. శిక్ష ఉంటుంది అంటుంది న్యాయం.

ఏది చేసైనా సరే, సమాజంలో గౌరవంగా బ్రతకడం, తన వారిని బ్రతికించుకోవడం, ధర్మమంటుంది ధర్మం.

మనిషి దేనిని అతిక్రమించాలి? దేనిని ఆశ్రయించాలి?

ఆకలేసినప్పుడు కుక్కమాంసం కూడా తినవచ్చు. అది ధర్మమే అన్నారు పండితులు. అదే నిరూపించాడు ఆదిశంకరుడు.

కాని వేదం చదివిన వారు, అది న్యాయం కాదంటారు. మాంసంలో జీవ హింస ఉంది. దీనికోసం మరొకరిని మనం ప్రేరేపించడమంటే మనం కూడా జీవహింసను ప్రోత్సహించిన వారమేనంటుంది ధర్మం. ఈ విధంగా న్యాయం, ధర్మం మధ్య కనిపించని సన్నటి తెర, సున్నితపు పొర ఒకటుంది. దీనిని ఎలా తొలగించగలం?

ఇదంతా మీకెందుకు చెబుతున్నానంటే, నేను చేసిన పని ధర్మమా? న్యాయమా? అని నా చుట్టూ చాలా మంది చేరి నన్ను ప్రశ్నించి, హింసించి, చివరకు అధర్మమంటూ న్యాయం కోసమని పోలీసులుకు అప్పగించి, ఎవరిమటుకు వారు వారి వారి ధర్మాలను నిర్వహించడం కోసం వెళ్ళిపోయారు.

అన్యాయమైన పని నేను చేసాను కనుక, అది వారి దృష్టిలో అధర్మం కనుక, వారంతా ధర్మం తప్పని న్యాయమార్గాన్ని నడుస్తున్న వారు కనుక, నా వంటి వారు వారి మధ్యలో ఉంటే వారు కూడా 'అన్యాయమై పోతారని' తలచి నన్ను పోలీసులకు అప్పగించారు.

పోలీసులు నన్ను న్యాయస్థానంలో నిల్చోబెట్టారు.

నేరం చేసావా అనడిగారు న్యాయాధీశులు. చేసానన్నాను, ధైర్యంగానే.

'ఎందుకు చేసావు...' మళ్ళీ అడిగారు.

ఎందుకో నేను చెప్పాను. నేను చెప్పింది పూర్తిగా వినలేదు. రిమాండు కోసం పంపారు.

ఈ దేశంలో న్యాయం ఎంత వేగిరంగా దొరుకుతుందో, ఎలా దొరుకుతుందో తెలిసినవాడిని కనుక నాకు ఈ మొత్తం ప్రక్రియ ఎంత మాత్రం ఆశ్చర్యం కలిగించలేదు.

కాని నా మనసులోని బాధను, నేనెందుకు అధర్మంగా, అన్యాయంగా వర్తించవలసి వచ్చిందో మీకైనా చెప్పుకుంటే కొంచెం తేలికపడతాను.

కనుకనే నా ఈ కథను మీకు చెప్పాలనుకుంటున్నాను. నా ఈ కథంతా విని, అర్జీలు పెట్టో, మానవహక్కులంటూనో, నా మీద జాలితోనో, జీవకారుణ్యంతోనో దయచేసి నన్ను జైలు నుంచి బయటకు తెచ్చే ప్రయత్నాలు మాత్రం మీరెవ్వరూ చేయకండి.

ఏది ఏమైనా నేను చేసింది నేరమని నాకు, నా అంతరాత్మకు తెలుసు. నేరానికి శిక్ష అనుభవించవలసిందే అని నేను నమ్ముతాను. ఇటువంటి నమ్మకం నాకు లేకపోయినా, జైలు జీవితమంటే నాకసహ్యం అనుకున్నా, న్యాయ వ్యవస్థతో 'దోబూచీ' ఆడుకోవాలని నేనెంత మాత్రం తలచినా ఏదో విధంగా బయటనే ఉండేవాడిని.

కనుక మీరెవ్వరూ కూడా నా విడుదల కోసం ప్రయత్నించకండి. కాని దయచేసి నేను చెప్పేది మాత్రం వినండి.

నేను శ్రీకాకుళం జిల్లాలో ఓ కుగ్రామంలో పుట్టాను. దాదాపు ఇరవై సంవత్సరాలు వచ్చే వరకు అక్కడే వున్నాను. జీవితం గుల్లలో ఇరుక్కున్న నత్తలాగా ఉండేది.

నేను, నాన్న, చెల్లి, తల్లి, ఇదీ నా కుటుంబం. మా నాన్న చదువు 'నిశాని'. కంప్యూటర్లపై ప్రపంచం నడుస్తున్న ఈ రోజులలో మా నాన్న వంటివారు ఏం పనిచేయగలరో మీ వంటి మేధావులు తేలిగ్గానే ఊహించగలరు.

కూలిపని, రిక్షా త్రొక్కడం. 'మనకు' సిగ్గు అనేది లేకపోతే నిక్షేపంగా అడుక్కోవటం. కాని, చిత్రం ఏమిటంటే డబ్బు, చదువు లేకపోయినా మా నాన్నకు పరువు, మర్యాద, సిగ్గు, కుటుంబ ప్రతిష్ఠ వంటి పదాలంటే విపరీతమైన అభిమానం ఉండేది. వాటికోసం రిక్షా తొక్కడం ప్రారంభిచాడు.

పగలంతా అందరిని మోసి మోసి అలసి పోయినవాడు, రాత్రవగానే ఇంకొకరు తనను మోసే అధికారం ఇచ్చేవాడు. బాగా త్రాగి పడిపోయేవాడు. ఇది తెలిసి నేను నాన్నను రిక్షాలో వేసుకొని వచ్చేవాడిని. ఆ విధంగా రిక్షాతొక్కే వారసత్వం, నాకు మా నాన్న పరోక్షంగా అందజేసాడు.

'వారసత్వానికి' మించిన సంపద ఏముంది చెప్పండి.?

మా నాన్న నన్ను మాత్రం టెన్త్ వరకు చదివించాడు. నేను కూడా శ్రద్ధగానే చదివాను. కాని ఆర్థిక పరిస్థితులు అంతకన్నా ముందుకు పోవటానికి సరైన సదుపాయాలు అంటే కాలేజీలు వంటివి లేకపోవటం వలన నా చదువు అక్కడితో ఆగిపోయింది.

కాని రోజులు చూస్తుండగానే మారిపోయాయి. ఆటోలు రిక్షాల స్థానాన్ని ఆక్రమించేసాయి. వేగానికి అలవాటుపడిన ప్రాణులు, జనంలో వాహనాల రద్దీలో ముసలి ప్రాణం త్రొక్కే రిక్షాను ఎవరూ ఎక్కేవారు కాదు. ఇందువలన మా కుటుంబ ఆర్థిక వనరులు క్షీణించాయి. ఆకలిని తట్టుకోలేక అమ్మ, చెల్లి మరణించారు.

ఒక రకంగా నాకెంతో సంతోషమనిపించింది. సంతోషం వెనుక ఉన్న విషాదంను మీరు అర్థం చేసుకున్నా, చేసుకోకపోయినా ఫర్వాలేదు. కాని వారిద్దరూ అలా వెళ్ళిపోవడం, నాకెంతో ఆనందాన్ని కలిగించింది. ఇంతలో, పదవతరగతి చదువుకున్న యువకులు కావలంటూ, ఒరిస్సా రాష్ట్రంలో నెలకొల్పబడిన ఓ పరిశ్రమ వారు ప్రకటన ఇచ్చారు.

అర్హులైన వారికి జీతంతో పాటు ఉచిత వసతి, భోజనం కూడా ఇస్తామని ఆ ప్రకటనలో పేర్కొన్నారు.

ఓ రాయి విసురుదామని అనుకున్నాను, విసిరాను. ఫలితం కనిపించింది. ఇంటర్వ్యూకు రమ్మన్నారు.

కాని డబ్బు. నాకో ఆలోచన వచ్చింది. రిక్షాను అమ్మేసాను.

అన్ని సవ్యంగా జరిగిపోయాయి. నేను, నాన్నా ఒరిస్సా రాష్ట్రంలో ఉన్న ఆ ప్రాంతానికి చేరుకున్నాం. అదేదో పెద్ద ఉద్యోగం కాదు. కూలిపనే. కాని ఇద్దరికి ఐదువేళ్ళయినా నోట్లోకి వెళుతున్నాయి. ప్రస్తుతానికి హాయిగానే మా జీవితాలు వెళ్ళిపోతున్నాయి.

కాని, కాలం ఇలాగే జరిగిపోతే నేను ఈ కథ మీకు చెప్పనవసరం లేకపోనూ! ఆ రాత్రి జరగరాని ఘోరం. ప్రకృతి వైపరీత్యం. ఒరిస్సా రాష్ట్రంలో ఉన్న సగం జిల్లాలను జలమయం చేసింది. జనజీవనం అతలాకుతలమై పోయింది. మనుషులు, జంతువులు అనే తేడా లేదు. శవాలు, శవాలుగా తెల్లారేసరికి మారిపోయారు. ఎవరు బ్రతికి ఉన్నారో, ఎవరు బ్రతికిలేరో తెలియని పరిస్థితి. ప్రతీ కుటుంబం బజారు పాలైంది.

కోటీశ్వరులు కూటికి లేని వారుగా మారిపోయారు. ప్రకృతి ముందు మనిషి అత్యంత అల్పుడని మరోసారి రుజువయింది.

మనిషి ఓడిపోయాడు. చేతులెత్తేసాడు. ప్రకృతి జయించింది. శాంతించింది. కాని బ్రతికిన మనుషుల బ్రతుకు పోరాటం ఎలా?

నా పరిస్థితి మరింత దారుణంగా మారింది.

తుఫాను వల్ల మేముంటున్న ప్రాంతం మొత్తం సర్వనాశనం అయిపోయింది. మేము పనిచేస్తున్న నిర్మాణంలో ఉన్న పరిశ్రమ తాలూకా గుర్తులు ఏమీ కూడా మిగలలేదు. కనీసం ఒక ఇటుకైనా కనిపించలేదంటే మీరు నమ్మకపోవచ్చు. దీనిని కట్టిన 'బడాసేట్' వరదలో చనిపోయాడు.

నేను, మానాన్న ఉంటున్న ప్రాంతం మొత్తం జలమయపోయింది. చుట్టూ నీరు. అదృష్టం కొద్దీ, ఎత్తయిన ప్రదేశంలో ఓ పెద్ద మఱ్ఱిచెట్టు ఆధారంగా మేం బ్రతికి బయటపడ్డాం.

పగలు ఎండ, రాత్రి గాలి, చలి. ఇవే మాకు బంధువులు, స్నేహితులు.

మరో రోజు గడిచింది. మేమున్న ప్రదేశానికి మరో పదిమంది నీటిలో ఈదుకుంటూ వచ్చారు. దాదాపు డజను మందిమి చేరుకున్నాం. ఒక రోజంతా కష్టసుఖాలు పంచుకున్నాం. కాని ఖాళీ కడుపులు ఎంతకాలం 'కబుర్లు' చెప్పుకోనిస్తాయి. మేము అలసిపోయాం.

కనుచూపు మేర అంతా నీరు...నీరు.

అప్పుడప్పుడూ జంతువుల కళేబరాలు, మేమున్న ప్రాంతానికి వచ్చేవి. వాటిని చూస్తే కడుపు దేవినట్టుగా ఉండేది. ప్రవాహానికి కొట్టుకు పోయేవి. రాత్రవుతున్నదంటే, సూర్యుడు ఉదయిస్తున్నాడంటే, మబ్బులు ఆకాశంలో తిరగాడుతున్నాయంటే మాకు విపరీతమైన భయంగా ఉండేది.

మరో రోజు గడచిపోయింది. కడుపులు ఖాళీ అయినా, 'కాల కృత్యాలు' తీర్చుకోవడం తప్పదు కదా. ఒకపూట, రెండు పూటలు ఫర్వాలేదు. కాని రెండు రోజులు ఎలా ఆగుతాయి? ఎలా ఆపగలం అన్నీ అక్కడే.

ఇప్పుడు నేనున్న స్థితి ఇందుకు ఎంతమాత్రం భిన్నంగా లేదు. కాని, మా అందరి ముఖాలలో అసహ్యం లేదు. ఆకలి, ఎవరైనా ఏమైనా తెచ్చివ్వక పోతారా అనే ఆశ ఉన్నాయి.

ఇంతలో ఆకాశంలో ఏదో చప్పుడు.

హెలీకాప్టర్ ఒకటి రివ్వున మా పై నుంచి ఎగిరిపోయింది. ఏమీ జార విడవకుండానే మరో రోజు గడిచింది. ఆకలి మరింత పెరిగింది. నాన్న పరిస్థితి మరీ దయనీయంగా ఉంది. మరో రోజు కూడా ఆహారం లేకపోతే, అతను చనిపోవడం గ్యారంటీ. నేను అతని గురించి దాదాపుగా ఆలోచించడం మానేసాననే చెప్పాలి. కడుపు నిండుగా ఉన్నవాడు నేను చెప్పిన మాట వింటే, సుమతీ, వేమన శతకాలతో పాటు శ్రవణ కుమారుడి కథ కూడా చెప్పి నీతి, నైతిక సూత్రాలు గురించి చెబుతాడు.

కానీ వాస్తవం, కథంత, నీతులంత కమ్మగా ఉండదు.

ఇంతలో ఆకాశంలో మళ్ళీ చప్పుడు. మేమంతా ఆశగా ఆకాశం వైపు చూసాం. మా అదృష్టం బాగుంది. కొన్ని ఆహార పొట్లాలు, రొట్టెలు జార విడిచారు.

అందరికి అందాయి. మా నాన్న కూడా అందుకున్నాడు. నాకు మాత్రం ఏమి దొరకలేదు.

నేను వారి మీద పడి దోచుకుంటాననుకున్నారు కాబోలు. ఉన్న ఆ కొద్ది ప్రదేశంలోనే ఎవరికి వారుగా నాకు దూరంగా జరిగిపోయారు. చేతిలో కర్రలు కూడా ఉంచుకున్నారు. చివరకు మా నాన్న కూడా!

నాకు విపరీతమైన ఆక్రోశం, బాధ కలిగాయి. మేము అందరం అన్నం తింటున్నప్పుడు వీధిలో కుక్కను కొట్టడానికి కర్రను దగ్గర ఉంచుకొనేవారం. ఈ సంఘటన గుర్తుకు వచ్చింది, నాకిప్పుడు. వారంతా అన్నం, రొట్టెలు తింటున్నారు.

నేను కుక్కలాగ కలియబడతానని కర్రలు కూడా రెడీ చేసుకున్నారు. మా నాన్న కూడా. నా స్థానంలో మీరు ఉండి ఒక్క క్షణం ఆలోచించండి.

ఆ రాత్రి ఆకలితోనే గడచిపోయింది. నాలో విచక్షణా జ్ఞానం పూర్తిగా నశించింది. నేనేమిటో నాకే తెలియని పరిస్థితి. ఏం చేయగలనో, ఏం చేయకూడదో కూడా ఆలోచించే స్థితిలో నేను లేను. నాక్కావలసింది, అర్జంట్ గా కడుపునిండే మార్గం.

అవకాశం కోసం ఆకాశం వైపు చూస్తున్నాను. రాత్రి సమయం చీకటి. ఎవరు, ఏమిటో తెలియని పరిస్థితి. చలి, ఆకలి, కోపం, తపన.

ఆకాశంలో చప్పుడు వస్తున్నది. ఏదో ఒకటి దొరకక పోదు. ఎలాగైనా సరే సంపాదించాలి.

తప్పదు. ఈ పూట నా ఆకలి తీర్చుకోవాలి. ఇప్పటికే నాలుగు రోజులుగా కడుపు ఖాళీగా ఉంది.

మరో రోజు గడిస్తే ప్రక్కనున్న ఎవరినైనా సరే, చంపి అతని మాంసం అయినా సరే తినేస్తాను.

ఆకలి నాలో ఆలోచనా జ్ఞానాన్ని పూర్తిగా నశింపజేసింది. ఆ పరిస్థితిలో నేనో ఉన్మాదిని అంతే. రెక్కల శబ్దం, హెలికాప్టర్ దగ్గరవుతున్నది. మా నెత్తిమీద నుంచి ఎగిరింది. దానికి క్రిందనున్న లైట్ వెలుగులో మా ఉనికిని గుర్తించి కొన్ని పొట్లాలు, రొట్టెలు విడిచి వెళ్ళిపోయింది. మళ్ళీ చీకటి.

నా బలాన్ని ఉపయోగించాను. కండబలం చూపాను. నా చేతిలో రెండు పొట్లాలు. ఒక రొట్టె. ఏనుగు ఎక్కినంత ఆనందం కలిగింది.

కాని ఎవరో నా చేతిని గుంజుతున్నాడు. నాలో ఆవేశం కట్టలు త్రెంచుకుంది. నా చేతికి వాడి పీక సరిగ్గా దొరికింది. ఆకలి, ఆవేశంలో నా మెదడు పనిచేయడం మానేసింది. అతని పీకను గట్టిగా పట్టుకున్నాను. నొక్కాను. చేతులు వదిలేశాడు. నేను మాత్రం అతని పీక వదలలేదు. మొదట చిన్న శబ్దం ఎవరో పడిపోయిన్నట్టుగా తరువాత నిశ్శబ్దం. తరువాత నేను దూరంగా వెళ్లి, దొరికింది హాయిగా తిన్నాను.

మా నాన్న కోసం ఒకటి రెండు సార్లు పిలిచాను. పలకలేదు. బహుశా ఆకలి వల్ల ఎక్కడో సొమ్మసిల్లి ఉంటాడు. రేపు అతని కోసం మరో పొట్లం సంపాదించాలి. నాకు దొరికినదైనా సరే నేను, నాన్న కలసి తినాలి. కడుపు నిండింది. ఆలోచనలలో మార్పు వచ్చింది. అనుబంధం గుర్తుకు వచ్చింది.

ఆ రాత్రి ఆ దుర్గంధపూరిత వాతావరణంలోనే హాయిగా నిద్రపోయాను. కడుపు నిండగానే కంటినిండా నిద్ర కూడా వచ్చింది. మరి తెల్లవారింది.....

నేను ఎవరిని చంపానో అందరికి తెలిసిపోయింది. నాక్కూడా. ఇంతలో దూరంగా ఓ చిన్న నాటు పడవలో ఆంధ్రా పోలీసులు, అధికారులు వస్తూ కనిపించారు. మేమున్న ప్రదేశానికి వచ్చారు. రాగానే ముక్కులు మూసుకున్నారు.

మా మధ్య ఉన్న శవాన్ని చూసారు. అందరిని అడిగారు. ఎవరు చేసారీ పని అని ముఖ్యంగా పోలీసులు. మిగిలిన వారంతా నా వైపు చూపారు. నేను కూడా అంగీకరించాను.

నన్ను ఆ పడవలో కూర్చోబెట్టుకున్నారు. కొంతసేపటిలో మరో పడవ వస్తుందని, మీరంతా రావచ్చునని, ఆ ఆహారం తినండి, ఈ మందులు వాడండి అని కొన్ని ఆహార

పొట్లాలు, మందులు మిగిలిన వారికి ఇచ్చారు. వారంతా నన్ను అసహ్యంగా చూసారు. నేను తలదించుకున్నాను. పోలీసులతో వెళ్ళిపోయాను. ఆ తరువాత నేను మా నాన్నను మరి చూడలేకపోయాను

గారడి

జాగ్రత్త, అసలే ఎండాకాలం. మీకు బి.పి., షుగర్ రెండూ ఉన్నాయి. గొడుగు వేసుకోండి. సైకిల్ మెల్లగా త్రొక్కండి. జనం జాగ్రత్త. గొడుగు ఆఫీసులో మరచిపోకండి” అని జాగ్రత్తలు చెబుతూ నా చేతిలో గొడుగును ఉంచింది నా భార్య.

ఆఫీసుకు బయలుదేరుతున్న ప్రతీ రోజూ నాకిది మామూలు తతంగమే. ఇలా ఇప్పటికి పాతిక సంవత్సరాలు గడిచి పోయాయి. ఇద్దరు పిల్లలు. ఒక ఆడ, మగ. పెళ్ళిళ్ళు చేసుకొని, పిల్లలను కూడా కని, వారి బ్రతుకులు వారు బ్రతుకుతున్నారు. మరో రెండు సంవత్సరాలలో నేను రిటైర్ కూడా అవుతాను. కాని, ఇదిగో! నా భార్యకు మాత్రం రిటైర్మెంట్ లేదనుకుంటాను. ఒకవేళ నా పదవీ విరమణం అనంతరం కూడా ఆమె ఒకసారి వీధి అరుగుమీదకు వెళ్ళి ఈ మాటలు, అలవాటు కొద్దీ అనేసి మళ్ళీ నాలుక కరుచుకొని ఇంట్లోకి వస్తుందేమో?

నా ఆలోచనలు నాకే నవ్వు తెప్పించాయి.

ఆమె అందించిన గొడుగును అందుకొని, గోడవారగానున్న పాత హెర్కులెస్ సైకిల్ ను తీసాను. ఈ సైకిల్ కొని దాదాపు పదిహేను సంవత్సరాలైంది. 'దీనికి పెట్టిన రిపేర్ ఖర్చుతో మరో మూడు క్రొత్త సైకిళ్ళు కొనొచ్చు" అని నా భార్య ఎన్నిసార్లు గేలి చేసిందో! ప్రతీసారి కూడా "నీ మీద కూడా నేను ఎంతో మందులకోసం, పురుడు పుణ్యాలు కోసం ఖర్చు చేసాను. ఆ ఖర్చుతో మరో పెళ్ళాన్ని తెచ్చుకోవచ్చు” అని నేను ఆమెకు రిటార్ట్ ఇస్తుంటాను. నా మాటలు విని, “చాల్లెండి సంబడం. శివుడికే తినటానికి లేక బూడిద తింటే నందీశ్వరుడు వచ్చి నాకేమిస్తావు అన్నాడట. నన్నే సరిగ్గా చూడలేక పోతున్నారు. ఇంకొకర్తి కూడానా?” అని నవ్వుతూనే కామెంట్ పాస్ చేసేస్తుంది.

అప్పుడప్పుడు మా మధ్య ఇలాంటి సంభాషణలు సహజం. ఒకరికోసం ఒకరుగా, ఈ మహా నగరంలో గత పది సంవత్సరాలుగా బ్రతుకు బండిని లాగిస్తున్నాం.

ఈ మాత్రం సరస సంభాషణలు లేకపోతే, మొనాటనీగా అనిపిస్తుంది. జీవితంలో మొనాటనీ ఫీలవటం కన్నా నరకం మరొకటి ఉండదు.

ఆలోచిస్తూనే సైకిల్ ఎక్కి మెల్లగా త్రొక్కసాగాను.

ఎండాకాలం, ఎండ తీక్షణంగా ఉంది. గొడుగు తెరిచాను. కాస్తంత హాయిగా అనిపించింది.

మాది శ్రీకాకుళం. దాదాపు ఇరవై సంవత్సరాలు క్రిందట, నా భార్య, నేను ఇద్దరు పిల్లలతో ఉద్యోగరీత్యా, ఈ మహానగరం చేరుకున్నాం.

నేను గుమాస్తాగా పనిచేస్తున్న ఫ్యాక్టరీ కేంద్ర ప్రభుత్వ యాజమాన్యంతో నడుస్తున్నది. దీనికి మన రాష్ట్రంలో ఈ నగరంలో తప్ప మరెక్కడా శాఖలు లేకపోవడం, పిల్లల చదువులు, వారి భవిష్యత్, మా యొక్క ఆరోగ్య అవసరాలు, మారుతున్న కాలం, వేగవంతమవుతున్న సమాజ పరిస్థితులు, పెరుగుతున్న నాగరికత, ఇవన్నీ కూడా నేను ఈ నగరాన్ని విడిచి పెట్టక పోవడానికి కారణాలే. ఏది ఏమైనా ఈ మహా నగరంలో నేనొక భాగంగా అయిపోయాను. ఈ భావం నాకేనాడు బాధను కలిగించలేదు.

అయినా నా స్వగ్రామంలో నాకెవరున్నారు కనుక. ఉన్న ఒక్కగానొక్క తల్లి, నేను ఉద్యోగంలోకి చేరి, పెళ్ళి చేసుకున్న సంవత్సరానికే మరణించింది.

ఆ రోజు నుంచి నా భార్యే నా తల్లి.

ఉద్యోగంలో నేను జాయిన్ అయినప్పటికి నా జీతం, ఇప్పటి రోజులలో మాస్టారుగిరి చేస్తున్న మా అబ్బాయికన్నా చాలా చాలా తక్కువ. అంత తక్కువ జీతపు రాళ్ళతో, నగరంలో అద్దె కొంపలో ఇద్దరు పిల్లలను పెంచి, ఆడపిల్లకు పెళ్ళిచేసి, మగవాడికి చదువుతో పాటుగా ఉద్యోగం వచ్చేవరకు వాడినొక పద్ధతిలో పెంచి, నాకు చేదోడు వాదోడుగా ఉంటున్న నా భార్య నాకు తల్లికాక మరేమంటారు.

పిల్లలు మమ్మల్ని వదలి వెళ్లిన తరువాత మేము ఒకరికొకరం మరింత దగ్గరయ్యాం, మానసికంగా. కుర్రాడు, ఈ నగరానికి దాదాపు పాతిక కిలోమీటర్లు దూరంలోనే ఉన్నాడు. అయినా ఏనాడూ మేము అతని దగ్గరకు పోలేదు. చాలాసార్లు "నా దగ్గరకు వచ్చేయ కూడదు" అన్నాడు. ఎందుకు వెళ్ళాలి? ఇంకా నా కాళ్ళల్లో, చేతుల్లో శక్తి ఉంది కదా! నా మాటలకు నా భార్య కూడా 'తందానా' అంది.

"డుర్... డుర్... డుర్..." చిన్నపాటి తబలమీద చేతులను ముందుకు, వెనుకకు జరుపుతుంటే వచ్చే శబ్దానికి నేను ఈ లోకంలోకి వచ్చాను.

శబ్దం వచ్చిన దిక్కుగా చూసాను. చుట్టూ జనం మూగి ఉన్నారు. జరుగుతున్నది ఏమిటో నాకర్థం కాలేదు. దగ్గరకు వెళ్ళి చూద్దామనిపించింది. వాచీ చూసుకున్నాను. తొమ్మిదిన్నర. ఆఫీసుకు ఇంకా గంట సమయం ఉంది. ఒక్క పది నిమిషాలు, ఇదేమిటో చూడటం వలన వచ్చిన నష్టమేమీ లేదు.

అనుకున్నదే తడవుగా సైకిల్ దిగాను. గొడుగు ముడిచాను. చుట్టూ ఒక్కసారి చూసాను. సైకిల్, గొడుగు ఉంచడానికి ఏ కిళ్ళీ కొట్టువాడైనా తెలిసిన వాడు ఉండకపోతారా అని. నా ఊహ ఫలించింది. ఒక కిళ్ళీ కొట్టు వాడున్నాడు. వాడి దగ్గరకు వెళ్ళి పలకరించి, ఒక సోడా త్రాగి, వక్కపొడి కొని సైకిల్, గొడుగులను అప్పగించాను. ఇప్పుడే వస్తానని చెప్పి ముందుకు కదిలాను.

గుంపు దగ్గరకు చేరుకున్నాను. మనుషులను జాగ్రత్తగా, వారికెంత మాత్రం అనుమానం రాకుండా, త్రోసుకుంటూ ముందుకు వెళ్ళాను. ఆ త్రోయడంలో ఒకరిద్దరు నావైపు కోపంగా చూసారు. కాని, పండిన నా తల, ముసలి శరీరం చూసి, జాలిపడి, కాస్త ప్రక్కకు తప్పుకొని జాగా
ఇచ్చారు.

ఇప్పుడు దృశ్యం క్లియర్. దగ్గరగా కనబడుతున్నది.

అదొక గారడి పాటి వాళ్ళు ప్రదర్శిస్తున్న గారడి విద్య. మా చిన్నతనంలో వీరికెంతో ఆదరణ ఉండేది. కనీసం వారం రోజులైనా డబ్బులు, ఆహారం, బట్టలు ఇచ్చి మరీ వీరిచేత ఆటలు, విద్యలు ప్రదర్శింపజేసి, పల్లె పల్లెంతా ఆనందించేవారు. వర్తమానంలో టి.వి.లు, సినిమాలు వచ్చి ఈ విద్యలు, కళాకారులు రోడ్లను పట్టేసారు. దేశదిమ్మరులుగా ఉన్నారు.

'చూడండి బాబులు! చూడండి! మారాజులు చూడండి. మాయలేదు. మంత్రం లేదు. కనికట్టు కాదు. అంతా నిజమే! అంతా భ్రమే! చూడండి సాములు. చూడండి' అని అరుస్తూ డప్పు కొడుతూ జనం చుట్టూ ఒకసారి ఓ ముసలాడు తిరిగాడు.

కొంచెం దూరంలో ఒక పిల్లా, పిల్లాడు ఉన్నారు. పిల్లాడు నేలమీద పడుకొని ఉన్నాడు. కాళ్ళ దగ్గర తప్పా అంతా దుప్పటి కప్పారు. అతని ప్రక్కనే పిల్ల కూర్చొని ఉంది. బహుశా ఆ ముసలాడికి వీళ్ళు మనవడు, మనవరాళ్ళు అవుతారు కామోసు.

ఇంతలో ముసలాడు నా దగ్గరకు వచ్చాడు. నా జేబులో పెన్నును తీసాడు. 'ఇదే రంగు' అన్నాడు, గట్టిగా. "ఎరుపు" అన్నాడు బిడ్డడు దుప్పటిలో నుంచే.

నిజమే, అది ఎరుపు రంగు పెన్నే. అందరూ చప్పట్లు కొట్టారు.

"చూడండి బాబూ! చూడండి! మాయ లేదు, మోసం లేదు. ఇదిగో మామిడి టెంక. ఇక్కడ నాటుతా. డబ్బు చెట్టు పుడతాది. డబ్బులు కాస్తాది. మీకందరికిస్తా" అంటూ ఒక మామిడిటెంకను నాటి దాని చుట్టూ చిన్నపాటి మంత్రదండం లాంటి కర్రను చుట్టూ త్రిప్పి, దానిపైన గుడ్డ కప్పాడు. కొద్ది క్షణాలు తరువాత, ఒక చిన్న చెట్టు, చెట్టుకు పావలా, అర్ధ రూపాయి బిళ్ళలు. అందరికీ పంచుతున్నాడు. ఇంతగా డబ్బును పుట్టిస్తున్న అతను గారడీ చేస్తూ పొట్ట ఎందుకుపోసుకుంటునట్టు! నా మనోపథంలో మరో దృశ్యం.

నా కూతురు పెళ్ళి సమయం. ముహూర్తం దగ్గర పడుతున్నది. పదివేలు ఇంకా ఇవ్వాలి.

నా ఈరకాడు మంచివాడు. మర్యాద తెలిసిన వాడు. సకాలంలో అందాలనుకున్న డబ్బులు అందలేదు. డబ్బులు ఇమ్మన్నారు. నేను అతనిని ప్రక్కకు తీసుకు వెళ్ళాను. నా దగ్గరున్న ఎన్.ఎస్.సి. సర్టిఫికేట్స్ ఐదు సంవత్సరాల తరువాత మెచూరిటీ అవుతాయి. ఒక్కొక్కటిరెండున్నర వేలు ఖరీదుది. అంటే అయిదువేలు విలువ చేసేవి. అతని చేతిలో ఉంచి, పరువు కాపాడమని, అతని కాళ్ళపైన పడ్డాను. అతను మంచివాడు. నన్ను

క్షమించాడు. ఆ విధంగా అయిదువేలతోనే పదివేలు అప్పు తీరిపోయింది. మళ్ళీ గారడి వాడు అరుస్తున్నాడు. ఈ సారి ఇంకేమీ చేయబోతున్నాడో?

"చూడండి సాములూ! చూడండి! మోసం లేదు, దగా లేదు. అదిగో ఆ త్రాడు చూడండి. ఆకాశంలో ఉంది”

అతను చూపిన దిశగా అందరం చూసాం. నిజమే! దాదాపు ఇరవై అడుగుల ఎత్తుగా, రెండువైపులా, రెండు గడకర్రల సాయంతో ఒక త్రాడు కట్టబడి ఉంది. దానిని చూస్తేనే మాకు భయం వేసింది. దాని మీద ఆ పసిపిల్ల నడుస్తుందని చెప్పాడు. ఏ మాత్రం అజాగ్రత్తగా ఉన్నా, అంతే! బ్రతుకు తెల్లారి పోతుంది.

మరో దృశ్యం..

నేను ఆఫీసులో జాయిన్ అయిన క్రొత్తలో, మేరి అనే ఒకమ్మాయితో పరిచయం, ప్రేమ సంభవించాయి. నా భార్యకు తెలిసింది. ఎంతో రాద్ధాంతం జరిగింది. నేను రకరకాలుగా మాయమాటలు చెప్పాను. నేను ఏ తప్పు చేయలేదన్నాను.

చివరకు...

మేరీనే ఇంటికి తీసుకువచ్చి, ఆమెకు పరిచయం చేసాను. ఆ రోజు నుంచి వారిద్దరూ మంచి స్నేహితులుగా మారిపోయారు. ఓ ఏడునెలల పాటు మేరి మాతోనే, నాతోనే 'సుఖంగా' ఉంది. ఆమె బదిలీ కావడంతో వెళ్ళిపోయింది, మూడు నెలల గర్భిణీగా.

ఆ విధంగా ఆ సమస్య నాకు ఒక విధంగా చాకచక్యంగా తాడు మీద నడపడంతోనే సమానమనిపిస్తున్నది. ఆ గారడిని నేను మరి చూడలేక పోయాను.

గబగబా బయటకు వచ్చేసాను. సమయం చూసుకున్నాను. దాదాపు పదకొండు కావస్తున్నది. అంటే అరగంట ఆలస్యం. నేను ఆఫీసుకు చేరే సరికి మరో పావుగంట సమయం పడుతుంది.

సైకిల్ తీసుకొని గబగబా త్రొక్కసాగాను.

పావుగంట తరువాత ఆఫీసుకు చేరుకున్నాను. పది నిమిషాల అనంతరం, ఆఫీసరు పిలుస్తున్నాడంటూ పిలుపు.

“చూడు రావ్! ఆలస్యంగా రావటం, ఏదో ఒక ఫీట్ చేయడం నీకు, నాకూ అలవాటే. కనీసం ఈ రోజైనా నిజం చెబుదువూ!. ఇంకో రెండు సంవత్సరాలలో రిటైర్ కాబోతున్నావు కూడా!”

“లేదు సార్! వేగిరంగా బయలు దేరాను. కాని చివరి నిమిషంలో నా భార్యకు ముఖం త్రిప్పింది. స్పృహ తప్పి పడిపోయింది. ఆసుపత్రిలో చేర్పించి వస్తున్నాను” నుసుగుతూ, గొణుకుతూ, మాటల కోసం తడుముకొంటూ, అమాయకంగా ముఖం పెట్టి దాదాపుగా ఏడుస్తూ అన్నాను.

“యు కెన్ గో...”

'హమ్మయ్య' అనుకొని బయటకు వచ్చాను.

కాని గారడీ ప్రదర్శన మాత్రం నాకు మరుపుకు రావటం లేదు. అతడు భుక్తి కోసం, కొద్ది గంటలు మాత్రమే గారడీ చేస్తాడు. మాయమాటలు చెబుతాడు. కనికట్టు విద్యలు ప్రదర్శిస్తాడు. తరువాత అతడు మామూలు మనిషిగా బహుశా నిజాయితీగా కూడా ఉండవచ్చు.

కాని నేను, గత పాతిక సంవత్సరాలుగా, రకరకాలుగా, అనేక రకాల మాటలతో, విద్యలతో, కనికట్టులతో ఎంతమంది దగ్గరో చివరకు, భార్యాపిల్లలు దగ్గర కూడా నిరంతరం గారడి విద్య ప్రదర్శిస్తూనే ఉన్నాను. సమాజంలో బయటకు కనిపించకుండా ఎంతోమంది 'గారడివాళ్ళు' ఉన్నారు. వీళ్ళందరికన్నా గొప్ప గారడీ, ఏ 'గారడి' వాడు ప్రదర్శించగలడూ...!?

ద్విపాత్రాభినయం!

నాకు బ్రతుకంటే భయంగా ఉందే! ఎందుకో చనిపోవాలనే ఆలోచన తరుచుగా వస్తున్నది. ఏం చేయమంటావు? చదువుంది, ఉద్యోగం ఉంది. ఆయన కూడా ఉద్యోగరీత్యా మంచి పొజీషన్లోనే ఉన్నారు. పిల్లలు లేరు. ఇదో పెద్ద సమస్య కాదు. అంతగా కావాలనుకుంటే ఎవరినో దత్తత తీసుకుంటాం. ఇదీ అని చెప్పలేని నిస్సత్తువ నన్నావహించింది. ఏం చేయాలో, జీవితం పైన తిరిగి ఆశను ఎలా పెంచుకోమంటావో, చెబుదూ"

నా ఎదురుగా కూర్చొని ఉన్న నా స్నేహితురాలు 'వసుధ' మాటలను, వాటిలోని లోతులను అంచనా వేస్తున్నాను. ముందుగా ఆమె కుర్చీలో కూర్చున్న భంగిమను గమనించాను. చేతులు ఒడిలో పెట్టుకొని, గురువు ముందు బుద్ధిమంతురాలైన విద్యార్థినిలాగా కూర్చుంది. ఒక రకమైన ఇన్సెక్యూరిటీ ఫీలింగ్ ను సూచించే భంగిమ.

ఆమె ఎందుకు అభద్రతా భావాన్ని ఫీలవుతున్నదో నాకర్థం కావటం లేదు. ఐదంకెల జీతం వచ్చే ఉద్యోగం, మంచి ఇల్లు, బ్యాంక్ బాలెన్స్. ఉదయం పోయి సాయంత్రం వచ్చే ఆఫీసరైన భర్త. మరెక్కడుంది ఆమె సమస్య?

కొందరికి అన్నీ ఎక్కువగా ఉండటం కూడా ఒక సమస్యే!

నేను, 'వసుధ' పదవ తరగతి నుంచి డిగ్రీ వరకు ఒకే దగ్గర చదువుకున్నాం. వివాహానంతరం హైదరాబాద్ వెళ్ళిపోయింది వసుధ. సైకాలజీ మీద మక్కువతో పి.జి.లో చేరాను. పట్టా చేతికి వచ్చిన తరువాత కౌన్సిలింగ్ లో డిప్లమో చేసి, స్కాలర్ షిప్ తో అమెరికాలో కొంతకాలం సైకాలజీలో రీసెర్చి చేసాను. మాతృదేశం పైన మమత చావక, నేను కూడా హైదరాబాద్ వచ్చి, కౌన్సిలింగ్ సెంటర్ ను ప్రారంభించాను. దాదాపు సంవత్సరంన్నర కావొస్తోంది. ఈ విధంగా నేను, వసుధా తరచుగా నా క్లినిక్ లో కలుసుకుంటూ ఉంటాం. నేనింకా వివాహం చేసుకోలేదు. అలాగని చేసుకోనని నాకేమీ పట్టింపులేదు. అయినా ఎందుకో, దానిపై కోరిక లేదు.

వసుధ ఈ మధ్యకాలంలో తరచూ ఎందుకో 'లోన్లీ'గా ఫీలవటం నేను గమనించాను. అయినా సరే పెద్దగా ఈ విషయం ఆమెతో మాట్లాడలేదు. బహుశా కుటుంబ వ్యవహారాలనుకుంటాను, అని సరిపెట్టుకున్నాను. ఈ రోజు వసుధ సడన్ గా వచ్చి ఇదీ సమస్య అని చెప్పేసరికి, ఆమెకు ధైర్యం చెప్పవలసిన బాధ్యత ఉందనిపించింది.

"ఏంటీ ఆలోచిస్తున్నావు, నా సమస్య గురించా? లేక నీకు ఏమైనా సమస్యలా?" బలవంతంగా రాని నవ్వును ముఖంపైకి తెచ్చుకొని నవ్వింది, వసుధ.

"నీదో పెద్ద సమస్యగా నేను భావించడం లేదు. దానికి ఏమంత మానసిక శాస్త్ర విశ్లేషణ, చికిత్స అనవసరం లేదు. అసలు నీ సమస్య పూర్తి స్వభావం కూడా వివరించలేదు. ముందు సమస్య మూలం ఏమిటో తెలుసుకోవడం అవసరమనుకుంటాను. నాకు తెలిసింది, నీవు చెప్పింది, రెంటిని బేరీజు వేసుకొని, విశ్లేషణ చేసుకున్న తరువాత, నీవు ఏం చేయాలో చెబుతాను. చెప్పు" అన్నాను. కుర్చీలో రిలాక్స్ అవుతూ కూర్చుంటూ, వసుధ చెప్పడం ప్రారంభించింది.

★★★

"అబ్బబ్బా! ఇంకా ఇంతవరకు క్యారేజి సర్దకపోతే ఎలా? అవతల ఆఫీసర్, అనవసరంగా తిట్టిపోస్తాడు. తొందరగా కానీ!" వసుధ భర్త గోపాలం గొంతు.

"బాగుందండి, మీరు చెప్పేది. రాత్రి పన్నెండు వరకూ అడ్డమైన చెత్త కార్యక్రమాలను అన్ని ఛానల్స్లో చూసి, పడుకుని, తెల్లవారి ఎనిమిది వరకు పక్కమీద నుంచి దిగరు. దిగిన తరువాత, చెప్పుల్లో కాళ్ళు పెట్టుకొని కూర్చుంటారు. ఇక్కడున్నది మనిషి. యంత్రం కాదు. మీకే కాదు, పనికి వెళ్ళడానికి నాకూ తొందరగానే ఉంది. తొందర పెట్టకపోతే, కాస్త ఇలా వచ్చి వంటకు సహాయం చేయకూడదూ!. పని వేగిరంగా అయిపోతుంది" వంటగదిలో నుంచే వసుధ సమాధానం.

"ఇంకా నయం, వంట పూర్తిగా నన్నే చేయమన్నావు కాదు. అయినా గ్యాస్ మీద కుక్కర్ పడేసి, ఇంత పప్పుచారు, కూర, అన్నం వండటానికి గంటలు గంటలు సమయం. మరో మనిషి సహాయం కూడా అవసరమంటావా? కానీయ్, కాని. కబుర్లు తరువాత. ముందు పనికాని".

"మన ముఖాలకు అదొక్కటే తక్కువ. వారి మధ్య మరిమాటలు లేవు. గోడ గడియారం తొమ్మిది గంటలు కొట్టింది. వసుధ ఉరుకులు, పరుగులతో, చేతిలో రెండు క్యారియర్స్ తో, ముందు గదిలోకి వచ్చింది. తన కోసం కేటాయించిన క్యారియర్ కోపంగా తీసుకొని, గబగబా అడుగులు వేసుకుంటూ బయటకు వెళ్ళిపోయాడు.

"ఏం మనిషి. కనీసం, ఒక్క సానుభూతి వాక్యమైనా లేదు.ప్రేమగా ఒక్కమాట అన్నా, ఎంత ఆనందంగా పడిన శ్రమంతా మరచిపోయి ఉండేది. ఛా, ఛా ఏం బ్రతుకో." మూగగా రోదించి, తన పనిలో తాను మునిగిపోయింది.

గడిచిన నాలుగు సంవత్సరాలుగా వసుధకు ఇది మామూలే. పది నిమిషాలు అనంతరం, క్యారియర్ తో బయటకు వచ్చి, బస్టాప్ వైపుగా కదిలింది.

★★★

"ఏంటమ్మా వసుధా? ఈ రోజు ఆలస్యంగా వచ్చినట్టున్నావు. ఇంటి దగ్గర ఏమైనా పనా?" మెత్తగా, మెల్లిగా గోడ గడియారం వైపు చూస్తూ అడిగాడు హెడ్ క్లర్క్.

"లేదండి, వంటకాస్త ఆలస్యంగా..."

"అవునమ్మా!. వంట పూర్తిగా అయిన తరువాత రావచ్చు. పని పూర్తికాక పోయినా ఫర్వాలేదు. సాయంత్రం అయిదు అయ్యేసరికి దుకాణం కట్టేస్తారు.వెళ్ళమ్మా, వెళ్ళు! అయినా నిన్నని ప్రయోజనం ఏముంది. ప్రభుత్వాన్ని అనాలి కాని." ఆ నస భరించడం ఇష్టం లేక, గబగబా సంతకం చేసి తన సీట్లోకి వెళ్ళి పనిలో పడిపోయింది.

ఉద్యోగంలో చేరి, నేటికి ఆరు సంవత్సరాలు కావస్తున్నది. ఆ పని కూడా అంతే! రోజూ చచ్చే వారికి ఏడ్చేవాడెవడు?

★★★

ఇబ్బంది. కాని, ఏదో మిస్ అయిపోయిన భావన. మనుషులు కేవలం డబ్బు సంపాదనకేనా? ఉన్నది అంతకుమించిన అనుబంధం, ఆప్యాయత, కుటుంబం, ప్రేమ వాత్సల్యాలు. ఇవి అవసరం లేదా? ముఖ్యంగా వర్కింగ్ ఉమన్ సమస్యలు ఎంత తక్కువగా చెప్పుకుంటే అంత మంచిది. ఇంట్లో అడవి చాకిరి, ఆఫీసులో అడవి చాకిరి, మరి సుఖపడేదెప్పుడు? ఎందుకీ సంపాదన? ఎండమావుల వెంట పరుగు పందెం.

జీవితాన్ని యాంత్రికం చేసుకొని, సాధిస్తున్నదేమిటి? నిజమే! సుఖంగా బ్రతకాలంటే డబ్బు అవసరమే! జీవితం డబ్బు సంపాదనకేనా? బ్రతుకుకు అర్థం. 'అర్థమేనా? మరొకటి లేదా? స్త్రీ పురుష సంబంధాలు, భార్యభర్తల బ్రతుకులు, ఇద్దరూ ఉద్యోగం, భార్యభర్తలుకు 'సుఖమంటే 'కేవలం రాత్రి సమయాలలో ఎటువంటి స్పందనలు లేకుండా, యాంత్రికంగా అలా అలా పని చేసుకుపోవడమేనా! ఛీ, ఛీ! ఏం బ్రతుకు తనది? కనీసం ఒకరిద్దరూ పిల్లలున్నా, అమ్మో ఉద్యోగం, పిల్లలు, గృహిణిగా, తల్లిగా బాధ్యతలు.

పూర్వం గ్రీకు దేశంలో బానిసలు అనే వారు ఉండేవారుట. వారు అన్ని రకాల పనులు చేసేవారుట. వర్తమానంలో 'వర్కింగ్ ఉమన్' అంతకన్నా ఏం ఎక్కువగా సుఖపడుతున్నదో అర్థం కావడం లేదు. 'సుఖమంటే ఇదీ అని నిర్వచించలేము. నిజమే కాని, రోజు ఒక గంట అలా బయటకు వెళ్లి భర్తతో ఆనందంగా గడిపే అవకాశం లేదు కదా! వారానికి ఒక రోజు వచ్చే సెలవు దినం ఆదివారం కూడా పనే. బట్టలు ఉతుక్కోవడం, ఇల్లు గుమ్మాలు తుడుచుకోవడం, మరొకటి, మరొకటి. పేరుకే సెలవురోజు. కాని పనిమాత్రం రెట్టింపుగా ఉంటుంది. ఉద్యోగం మానేసి, భర్తకు సేవ చేసుకుంటూ హాయిగా ఖాళీగా ఉండవచ్చు కదా అని ఎవరైనా ప్రశ్నిస్తే, కంటి ముందు కనిపించే 'నెలజీతం' సగటు మధ్యతరగతి మహిళ ముందరి కాళ్లకు బంధం వేస్తుంది. తెగించలేని బ్రతుకు, తెగింపులేని జీవితం, ఇలా సంవత్సరాలకు సంవత్సరాలు నత్తగుల్ల జీవితం గడపడంకన్నా ఏ నుయ్యో, గొయ్యో చూసుకోవడం మంచిదనిపిస్తున్నది.

"ఏంటి ఆలోచిస్తున్నావు? క్యారియర్ తెరచి గబ గబా తిను. లేకుంటే ఆడంగులు తినడానికి ఆరుగంటలు కావాలని మన ముసలి హెడ్ క్లాస్ పీకుతాడు అని వసుధను ఇహంలోకి తెచ్చాను. తను తిండిలో పడిపోయింది కానీ అన్యమనస్కంగా తినడం పూర్తిచేసింది వసుధ.

★★★

"చిరంజీవి వసుధకు, మేమంతా క్షేమం. నీవు క్షేమమని, అల్లుడు కులాసా అని తలుస్తాను. ఈ మధ్య మీ అమ్మకు కాస్త గుండె నొప్పి వచ్చింది. కంగారుపడనవసరం లేదు.

డాక్టరును కలిసాను. మందులు ఇచ్చాడు. ఈ సంవత్సరం కూడా పంట పెద్దగా లేదు. రైతు పరిస్థితి ఏమిటో రైతుకే తెలియటం లేదు. ఎవరిని నిందించాలో తెలియదు. చెల్లి బాగానే ఉంది. నా ఆరోగ్యం అంతంత మాత్రంగానే ఉంది. మందులకీ వందలు వందలు వదలిపోతున్నాయి. ఏంచేయాలో అర్థం కావటం లేదు. ఆడపిల్లను అర్థించే స్థితికి భగవంతుడు నన్ను తీసుకువచ్చాడు. రాయటానికి ఇంతకన్నా ఏమీ లేదు. వీలు చూసుకొని నీవు అల్లుడు రాగలరు. ఇట్లు... నిన్ను ఆశీర్వదిస్తూ, నాన్న". ఇంటికి వచ్చేసరికి క్రిందపడివున్న ఉత్తరం చదువుకొని నిస్సత్తువుగా సోఫాలో కూలబడిపోయింది. దుఃఖం తెరలు తెరలుగా ఉబికి వస్తున్నది. భగవాన్! పగవారికి కూడా వద్దు ఇటువంటి స్వేచ్ఛలేని జీవితం.

"ఏంటి, మీ నాన్న దగ్గర నుంచి ఉత్తరం? డబ్బు పంపమనేనా? ఈ మధ్యకాలంలో నెలకు రెండు మూడు ఉత్తరాలు వస్తున్నాయి. ఇలా రాస్తే అల్లుడు కట్నాలు అడగడనా, ఆయన ఎత్తుగడ. లే, ఆకలేస్తున్నది. గబగబా వంటచేయి. ఈలోగా నేను ఫ్రెషయి వస్తాను"

"ఏదో రోజు నేనే ఇతనిని చంపేస్తాను. సంఘంలో ఓ మొగుడిగాతప్ప, నా మెడలో రెండు పేటల తాడు అందంగా కనిపించడం కోసం, నా నుదుటిన ఇంత కుంకుమ పెట్టుకోవడం కోసం, పూలు పెట్టుకోవడానికి, వాయినాలు అందుకోవడానికి తప్ప ఈయన బ్రతికి ఉండటం వలన నాకేంఒరిగింది".

నా ఆలోచనలోని తీవ్రత నాకే ఆశ్చర్యాన్నికలిగించింది. ఏదో చెప్పలేని నిస్సహాయత. నిర్వేదం.

ఇలా దాదాపు పది సంవత్సరాలు. ఇవే కార్యక్రమాలు, ఇవే ఆలోచనలు. అసలు ఎందుకు బ్రతుకుతున్నాం, ఎందుకు బ్రతకాలి?

★★★

"ఇప్పుడు చెప్పు. నాకు చావాలని ఉండటంలో ఏమైనా వింతగాని, అసహజంగాని ఉందంటావా? డాక్టర్ల దగ్గర ఏవో మందులుంటాయిట. వాటివలన మనం హా..యి...గా చచ్చిపోవచ్చుట..." వసుధ మరి మాట్లాడ లేకపోయింది. నేను దగ్గరగా వెళ్లి ఆమె భుజం మీద చేయివేసి అనునయంగా ఆమెను దగ్గరకు చేర్చుకున్నాను.

వసుధ చిన్నపిల్లలా బిగ్గరగా ఏడవడం ప్రారంభించింది. ఏడవడానికి కూడా ఆమెకు స్వేచ్ఛలేదు. ఏంబ్రతుకు. ఆమె మీద జాలేసింది.

పది నిమిషాల తరువాత ఆమె స్థిమిత పడింది. నేను చూపించిన బాత్రూమ్ లోకి వెళ్ళి ఫ్రెషయి వచ్చింది. బెల్ కొట్టి, బాయ్ ని పిలిచి ఫ్రిజ్ లోని వాటర్ బాటిల్, కూల్ డ్రింక్ తెమ్మన్నాను. అవి వచ్చిన తరువాత ఆమెకు ఇచ్చాను. ఆమె మరింతగా తేరుకుంది. గదిలో ఎ.సి. మిషన్ శబ్దం తప్పా మరే శబ్దాలు లేవు.

మా మధ్య నిశ్శబ్దాన్ని చెదరగొడుతూ నేను చెప్పడం ప్రారంభించాను.

"చూడు వసుధా! ప్రతీ సమస్యకు ఓ పరిష్కారం ఉంటుంది. చావు సమస్యలకు పరిష్కారం కాదు. మధ్య తరగతి ఆడవారు కోరుకునేది సానుభూతి. బండెడు చాకిరీ చేస్తున్నాం. చిటికెడు సానుభూతి కూడా దొరకడం లేదు అని వాపోవడం మనం చేసుకొన్నదే! మరో విషయం చెప్పనా. అసలు మనకేం కావాలో మనకే తెలియదు. కనీసం మనమేంటో కూడా మనకు తెలియకపోవడం విచారించదగ్గ విషయం. మనకున్న సమస్యలు చాలా చిన్నవి. పెద్దవి కూడా ఉండవచ్చు. కాని సమస్య మూలాన్ని మనం తెలుసుకోవడానికి ఎంతమాత్రం ప్రయత్నించం. సాధ్యమైనంత వరకు ఎదుటి వారి మీదకు నెట్టివేయడానికి ప్రయత్నిస్తాం. మన ఆకలి మనది. మన సుఖం మనది. కాని మన సమస్యకు పరిష్కారం మాత్రం ఇతరులది. ఎంత సిల్లీగా ఆలోచిస్తామో ఆలోచించూ!

మరో ముఖ్యమైన విషయం, సమస్యకు పరిష్కారం చూచాయగా మనకు తెలిసినా, ఆ దిశగా అడుగులు వేయడానికి బెంగ, భయం. మధ్య తరగతి ఆడవారికి 'ఇంటర్ డిపెండెన్సీ' కన్నా 'డిపెండిన్సీ'యే సుఖంగా ఉంటుంది. తరతరాలుగా వారి మెదళ్లు అలా 'ట్యూన్' చేయబడ్డాయి. ఎంతగా సమానహక్కులు, స్త్రీ స్వేచ్ఛ అని ఉపన్యాసాలు ఇచ్చినా మనం గీసుకున్న గిరి నుంచి బయటకు రాము, రాలేము. కనీసం ప్రయత్నించం.

నీ విషయమే తీసుకో!. నీ భర్త నుంచి నీకు సానుభూతి కావాలి. నీవంటే, నీ పనులంటేనే నీకు భయం. వేలు తెచ్చే ఉద్యోగాన్నే వదులుకోలేని దానివి, అంతకన్నా విలువైన ప్రాణాలను ఎలా తీసుకుంటావు చెప్పు. నన్నెవరూ పట్టించుకోవడం లేదు, అందరికి నేను సేవలు చేయాలి కాని నాకెవరూ చేయరు, ఇది నా ఖర్మ అని సర్దుకుపోవడం నీకలవాటు. నిజమే! సంసారం, కుటుంబం అన్నాక సర్దుకు పోవలసిందే! కాని ఆ పేరుతో మన ఉనికి, వ్యక్తిత్వాలను తాకట్టు పెట్టుకోవాలా? నీకు సమస్య అంటూ వాపోతున్నావు కాని ఏనాడైనా భార్యభర్తలు ఇద్దరూ కూర్చొని పరిష్కారం దిశగా ఆలోచించారా? అంత అవకాశం అతను ఇవ్వవద్దూ. 'టైమ్' కూడా చాలదూ అనకు. ఇవన్నీ 'ఎస్కేపిస్టు'లు చెప్పేమాటలు. సీరియస్ గా, సిన్సియర్ గా పరిష్కారం గురించి నీవు ఆలోచించలేదు. సరే ఈ విషయం ప్రక్కన పెడదాం. నీ కాళ్లమీద నీవు నిలబడగలవు, ఆర్థిక స్వేచ్ఛ ఉంది, ఆదరించే తల్లిదండ్రులున్నారు, వారి దగ్గరకు వెళ్లడం నామోషి అనుకొంటే వాళ్ళనే నీ

దగ్గరకు పిలుచుకో! భర్తకు భార్య ఎంతవరకు అవసరమో, భార్యకు భర్త కూడా అంతే. ఏ రకంగా ఆలోచించినా నీ చేయి పైన ఉంచుకోవడానికి ఎన్నో అవకాశాలున్నాయి. కాని అందుకు తగిన ధైర్యం లేదు. అలాగని సంసారాన్ని నాశనం చేసుకోమని చెప్పను. వాదాలు, ఇజాలు, నిజాలను మభ్య పెట్టలేవు. కాపురాలను కాపాడలేవు. సామరస్య పూర్వకమైన సర్దుబాటు అవసరం. ఓ వైద్యురాలిగా, సైకాలజిస్టుగా చెప్పడం లేదు. స్నేహితురాలుగా చెబుతున్నాను. ఈ క్షణం నుంచే ధైర్యంగా అడుగు ముందుకు వెయ్యి. ఏ సమయంలో ఎటువంటి సహాయం నా నుంచి కావాలన్నా నేను రెడీ. బెస్టాఫ్ లక్" ఆగాను.

కొంచెం సేపు తరువాత వసుధ కుర్చీలో నుంచి లేచింది. ఆ భంగిమలో 'సెల్ఫ్ కాన్ఫిడెన్స్' కనిపించింది. ఫర్వాలేదు. మార్పుకు ఇది బీజం. దానిని జాగ్రత్తగా పెంచి పోషిస్తే ఆ భార్యభర్తలు సుఖంగా కాపురం చేసుకుంటారనిపిస్తున్నది. "వస్తానే" అని బయటకు వెళ్ళిపోయింది వసుధ.

కాని ఎంతమంది వసుధలు ఈ దేశంలో లేరు? వారంతా ధైర్యంగా తగిన సలహాలు, సూచనలు కోసం మానసిక శాస్త్రవేత్తలను, నిపుణులను సంప్రదిస్తున్నారు. తమ జీవితాలు బాగుచేసుకుంటున్నారు.

ఆధునిక మహిళ ఉద్యమాలు, హక్కులు, స్వేచ్ఛ, స్వాతంత్ర్యాలంటూ తమ ఉనికి ఆస్తిత్వాలను కోల్పోతున్నారేమో అనిపిస్తోంది. ఎందుకోసం ఈ ఉద్యమాలు. ఎవరికోసం అనే విషయాలు కూడా వారు పట్టించుకోక పోవడం విచారించదగ్గ విషయం. ముఖ్యంగా వర్కింగ్ ఉమన్. అటు గృహిణిగా, ఇటు ఉద్యోగినిగా ద్విపాత్రాభినయం చేస్తున్నది. ఏం సుఖపడుతున్నదో?

ఆ మధ్య నేనెక్కడో చదువుకున్న కవితలోని పంక్తులు గుర్తుకు వస్తున్నాయి. ఆ పంక్తులు వసుధ వంటివారి జీవితాలకు దర్పణం పడతాయి.

'ఆ సూర్యంపశ్యల యుగం నుంచి, ఆధునిక కాలం వరకూ పయనించినా, అంతఃపురం నుంచి విశాల ప్రపంచంలోకి ప్రవేశించినా, నేటి చదువుకున్న స్త్రీకి తప్పడం లేదు ద్విపాత్రాభినయం!'

పై పంక్తులలో చదువుకున్న స్త్రీ అనే పదానికి బదులు ఉద్యోగం చేసే స్త్రీకి అని సరిదిద్దుకుంటే చాలదూ!

ఎందుకిదంతా...!?

చితి నుంచి భగ భగ మంటలు పైకెగురుతున్నాయి. స్మశానమంతా చీకటి. ఒక్క చితి మండుతున్న ప్రాంతం మాత్రం వెలుగుతో నిండి ఉంది. మంటల వెలుగు. మంటలు చుట్టురా ఓ పదిమంది మనుషులు. భోగిమంట దగ్గర చలికాగుతున్న వారిలా ఉన్నారు. వారి ముఖాలు చూసేవారికి 'పోయింది వారి బంధువంటే' నమ్మబుద్ధి కాదు. వారి మెదడు 'మందు'తో మొద్దుబారిపోయింది. మంట చుట్టూ చిన్న చిన్న పురుగులు ఎగిరెగిరి మంటలో పడుతున్నాయి. ఎవరు చెబుతారు వాటికి మంట దగ్గరకు చేరవద్దని? శవం కాలుతున్నప్పుడు వెలువడే కమురు కంపు నా ముక్కు పుటాలను తాకుతున్నది.

వాచీ చూసుకున్నాను. రాత్రి, సమయం ఏడు కావస్తున్నది. శీతాకాలం చలి. చితి దగ్గర వెచ్చగా ఉంది. మనిషి వేదనలో కూడా సుఖం కోసం అర్రులు చాచటం, ఎందుకో నా భావం నాకే ఎబ్బెట్టుగా తోచింది.

నిన్నటి వరకు మా మధ్య తిరిగిన కోటీశ్వరుడైన, ముప్పై సంవత్సరాల స్నేహం కొనసాగించిన నా మిత్రుడు రంగనాథం, ఈ రోజు నుంచి మరిలేడు. మనసులో అతను చిరంజీవి. కాని వాస్తవంలో మృతజీవి.

'మాయామేయ జగంచే నిత్యమని సంభావించి...' గబ్బిటవారి వ్యాఖ్య గుర్తుకు వచ్చింది. నిజమే! ఈ అనంతమైన దైవ సృష్టిలో మనిషి జీవితం చాలా చాలా చిన్నది. కాని ఈ చిన్న పరిధిలోనే 'నా' అనే స్వార్థం, నటనలు, ముసుగులు, కాంట్రడిక్షన్స్, అనుమానాలు, ఆత్మీయతలు, అవసరాలు, ఇంకా ఎన్నో, ఎన్నెన్నో ఛాయలు, సుఖాలు, కష్టాలు, కన్నీళ్ళు. ఎందుకిదంతా? మరణం అనివార్యమని తెలిసి కూడా ఎందుకీ అనవసర తపన. కీట్స్ అనుకుంటాను అంటాడు. 'జీవితం పంచభక్ష్య పరమాన్నాలు ఇచ్చింది. కాని మరణం వాటిని ఒక్కక్షణంలో తుడుచు పెట్టుకుపోయింది. మిగిలింది దుఃఖం, మృత్యువు, మరణం, చావు'.

జీవితం జ్ఞాతమైంది. మృత్యువు అజ్ఞాతమైంది. అజ్ఞాతం అంటే ఏమిటో తెలియదు. కనుక దానిని గురించి భయపడవలసినది ఏమీ లేదు. మృత్యువు అనేది ఒక మాట. ఆ మాటే, ఆ రూపమే భయాన్ని కలిగిస్తుంది. దీని గురించిన భయాన్నే సహేతుకం చేసుకోవటమో లేక అనివార్య విషయానికి వ్యతిరేకంగా ఒక అడ్డంకిని నిర్మించుకోవటమో దాకా మృత్యుభయం నుంచి కాపాడుకోవటానికి అసంఖ్యాకమైన నమ్మకాలను సృష్టించుకుంటాం.

కాని జీవితం వెలుగైనప్పుడు, మృత్యువు ఆనందమవుతుంది. ఎంత మందికి ఇలా జరుగుతుంది?

ధన సంపాదనే నిరంతర ధ్యేయంగా జీవన సమరాన్ని కొనసాగించిన రంగనాథం వంటి వారికి జీవితం ఓ యుద్ధరంగం. ఓటమి తప్ప గెలుపు లేదు. రాదు.

“కోట్లు సంపాదించాడు. కాని ఏం లాభం? మోయటానికి నలుగురు మనుషులు కరువైపోయారు. చివరికి అదిగో, అతని స్నేహితులు పూనుకోకపోతే శవం కూడా ఇక్కడకు చేరడం కష్టమే” నన్ను చూపించి ఎవరో అంటున్నారు. వారంతా అతని దూరపు బంధువులు. వారిని రప్పించటానికి నేను చాలా కష్టపడ్డాను.

"కన్న కొడుకు కూడా కాష్టం వరకు రాలేదు”

“దేశం కాని దేశంలో, సైన్యంలో ఉన్నవాడికి కన్నతండ్రైనా, పరాయి వాడైనా ఒక్కటే”, "కోట్లు సంపాదించగానే సరికాదు, నలుగురు మనుషులను సంపాదించుకోవాలి. చివర్లో మోయటానికైనా పనికి వస్తారు”

“ఆస్తంతా ఏమవుతుందో? ఏదో వీలునామా రాసాడట.ఏడవనీ, మనకెందుకు”

ఛీ, ఛీ! ఏం మనుషులు. కనీసం చనిపోయాకైనా ఓ మంచి మాట అంటే ఏం పోయింది. కాని వారన్న మాటల్లో నిజం లేదా?

మానవ జీవితంలో ఉదయం లేచినది మొదలు భయం, బాధ, అసంతృప్తి మొదలైన వాటిల్లో ఏదో ఒకటి లేక అన్ని కలిసో ప్రత్యక్షమవుతూనే ఉంటాయి. ఇవన్నీ కూడా మానవుని స్వేచ్ఛకు భంగం కలిగించి తనఒంట్లోనే, ఇంట్లోనే ఖైదీగా చేస్తాయి. తన ఆనందానికి ఇవన్నీ అడ్డుగా నిలుస్తాయి. వీటన్నిటిలోకి భయం అనేది మనిషికి గొప్ప శత్రువు. ఆ శత్రువుకు బందీ రంగనాథం. కాని ఇది సమాజం గుర్తించనిపార్శ్వం. సమాజానికి కావలిసింది మనిషి బాహ్యమే. అతని అంతరం అనవసరం. “పదండీ, వెడదాం”

నేను లేచాను. ఆలోచనలు ఆగాయి. బహుశా స్మశాన వైరాగ్యం అంటే ఇదే కామోసు. ఒక్కసారి వెనుకకు తిరిగి చూసాను. చితిమంటలు చివరి దశకు వచ్చాయి. అయిపోయింది. రంగనాథం కట్టె, కట్టెలతో కాలి పోయింది. పిడికెడు బూడిదగా మిగిలిపోయింది. రేపో, ఎల్లుండో దానిని గంగానదిలో కలపాలి. ఓ కోటీశ్వరుడి జీవితం నిర్లిప్తంగా, నిశ్శబ్దంగా ముగిసిపోయింది.

ముందుకు అడుగులు వేసాను. అంతా చీకటి. ఒకరి వెనుక ఒకరు నడుస్తున్నాం. ఎవరిని ఎవరు అనుసరిస్తున్నారో తెలియదు. తెలియవలసిన అవసరం కూడా లేదు. గమ్యం ముఖ్యం అంతే!

దీనికి రెండు నెలల క్రిందట.....

" ఎందుకింత శ్రమ పడుతున్నావో నాకర్థం కావటంలేదు?” అన్నాను నేను.

"నాకు గుండెనొప్పి రావటం ఇది రెండోసారి. మరోసారి వస్తే కష్టమంటున్నారు డాక్టర్లు. నేను పిలవగానే వచ్చి నన్ను పరామర్శించినందుకు కృతజ్ఞుడ్ని. నాకు, నీకు మధ్య దాదాపు పాతిక సంవత్సరాల స్నేహం ఉంది. నా గురించి అందరికన్నా నీకే బాగా తెలుసు. అయినా ఈ ప్రశ్న వేసావంటే ఆశ్చర్యంగా ఉంది"

తలక్రింద దిండు కాస్త ఎత్తుగా పెట్టుకొని సగం పడుకొని, సగం కూర్చున్నాడు రంగనాథం.

"ఒరే రంగా? నాకు తెలియక నిన్ను ఈ ప్రశ్న వేయలేదు. ఇప్పటికీ కష్టపడవలసిన దానికన్నా ఎక్కువ కష్టపడ్డావు. అక్కయ్య, అదే నీ భార్య చనిపోయి దాదాపు పది సంవత్సరాలు కావస్తోంది. కొడుకు అందివచ్చాడు. వాడు కూడా ఒక్కడే. మరెందుకింకా వ్యాపారం పేరిట ఊర్లు తిరుగుతూ, నిరంతరం టెన్షన్ పడుతూ, ఇలా లేనిపోని జబ్బులు తెచ్చుకోవటం. హాయిగా నీ కొడుకును రప్పించుకొని వాడికి బాధ్యతలు అప్పగించి హాయిగా ఉండవచ్చు కదా!"

" శంకరం! నీకో మాట చెప్పనా! డబ్బు సంపాదన అనే రుచి తెలిసిన వాడికి దానిని మరచిపోవటం లేదా విడిచిపోవటం చాలా కష్టంరా. మనిషి రక్తం మరిగిన పులి, మనిషి కష్టం దోచుకోవటానికి అలవాటుపడిన వ్యాపారి ఒక్కటేరా! నీవు మాస్టారుగిరి పక్కనపెట్టి ఒక్కసారి... ఒక్కసారి సంపాదన ప్రారంభించు".

రంగనాథం ముఖంలో ఏదో తెలియని ఆనందం కనిపించింది. ఇతరుల కష్టాన్ని దోచుకోవటంలో ఆనందం ఉందా? భగవంతుని సృష్టికి నిర్వచనం మనిషిని మనిషి దోచుకోవటం కోసమా 'సంపద' సృష్టించబడింది? ఇందులో ఆనందం పొందడమా సంతృప్తి? కాని పాపం, పుణ్యం వంటి మాటలు కేవలం చేతకానివారు చెప్పే మాటలా?

"కాని నీవు ఏం కోల్పోతున్నావో గమనించావా?" నా ప్రశ్న అతనిని ఎక్కడో తాకి ఉంటుంది. టీపాయ్ మీద ఉన్న గ్లాసులోని నీరు త్రాగి, కొన్ని క్షణాల మౌనం తరువాత, "ఆ విషయం నేను ఆలోచించలేదు. అయినా ఈనాడు నేను కోల్పోవటానికి ప్రత్యేకంగా ఏముంది? భార్య పోయిన నాటినుంచి కొడుకును హాస్టల్లోనే ఉంచి చదివిస్తున్నాను. వాడు కూడా...అవన్నీ ఇప్పుడెందుకులే... మరోసారి మాట్లాడుకుందాం" అని వెనక్కు వాలాడు, పడుకుంటాను అన్నట్లుగా. డాక్టరు కూడా నాకు ముందే చెప్పాడు, అతనిని ఎక్కువగా మాట్లాడించవద్దని.

"పడుకో. వీలుంటే ఉదయం మాట్లాడుకుందాం" అని ముందుకు కదిలాను.

"రే ఉండవా?" అతని ప్రశ్న.

"లేదు, వెళ్ళాలి. పరీక్షల హడావుడి. అవసరం అయితే కబురు చెయ్యి. రెక్కలు కట్టుకొని వాలతాను" అని నా గదికి నడిచాను.

"గుడ్ నైట్" వెనక నుంచి రంగనాథం అన్నాడు. ఆ రాత్రి నాకు నిద్ర లేదు. ఆలోచనలు, ఎడతెగని ఆలోచనలు.

రంగనాథం, నేను ఒకే గ్రామంలో పుట్టాము. ఒకే ఇంట్లో వారిగా పెరిగాం. జమీందారి గారి తోటను దాటి, నదిని అడ్డంగా ఈది, ఆవలి ఒడ్డున ఉన్న పాఠశాలలోనే ప్రాథమిక స్థాయి చదువు ముగించుకున్నాం. రంగనాథం వాళ్ళ సంసారం పెద్దది. వాళ్ళ నాన్నకు నలుగురు ఆడపిల్లలు. ఒక్కడే కొడుకు రంగనాథం. ఆ రోజుల్లో అంటే దాదాపు ముప్పై సంవత్సరాల క్రిందట, ఓ బడి పంతులుగా ఉద్యోగం. నెలకు వంద రూపాయలు జీతం. అయినా సంసారాన్ని గుంభనంగానే నెట్టుకువచ్చింది రంగనాథం తల్లి. మేము నలుగురమే! నేను, చెల్లి, అమ్మా, నాన్న. చిన్న కుటుంబం. నాన్నకు చదువు లేదు. తనకున్న రెండెకరాల సుక్షేత్రమైన మాగాణిని పండించేవాడు. నన్ను, చెల్లిని చదివించాలి. రంగనాథం ఇంటి పరిస్థితులు తెలియటం వలన వాడిని ఎక్కువగా మా ఇంట్లోనే ఉండమనేవాడిని. మా నాన్న, అమ్మా ఇద్దరూ కూడా కాదనలేదు. ఆ విధంగా మా బాల్యం నుంచి స్నేహం అలాగే ఉంది. రంగనాథంకు చిన్నతనం నుంచి ఆకలి, అప్పులు వంటివి బాగా తెలిసాయి. డబ్బును చూస్తే ఏదో తెలియని కసి అతని ముఖంలో కనబడటం నేను చూసాను. ఇంటర్మీడియట్ చదువుకొనే రోజుల్లో, అప్పుడప్పుడు నాతో అంటుంటే వాడు, "ఓరేయ్ ఏనాటికైనా సరే! ఎలాగైనా సరే! కోట్లు సంపాదించాలి. నా తరువాత తరం వారికి ఆకలి అంటే ఏమిటో తెలియకూడదు. ఏ దారైనా సరే ఫర్వాలేదు కాని డబ్బు... డబ్బు... సంపాదించాలి"

ఆ రోజు వాడిని చూస్తే నాకెందుకో భయం వేసింది. కాని వాడనుకున్నది మాత్రం సాధించాడు. అదెలాగంటే మా ఊర్లో ప్రఖ్యాత జమిందారు ఉండేవారు. అతనికి ఒక్కతే కూతురు. అతనికి వయసు పైబడింది. బాధ్యతలు లేని, డబ్బంటే జాగ్రత్త, కసి ఉన్న ఓ యువకుడ్ని చూసి కూతరు పెళ్ళి చేసి ఆస్తి అప్పజెప్పుదామని ఆశ. కాని ఆ ఆశ అడియాశగానే చాలాకాలం మిగిలిపోయింది. ఆ ఇంటికి అల్లుడిగా రావటానికి ఎవరికి ధైర్యం చాల్లేదు. ఎందుకంటే, సదరు జమీందారు కూతరుకి చిన్నతనంలోనే పోలియో సోకి రెండు కాళ్ళు చచ్చుబడిపోయాయి. ఆస్తి పైన మమకారం ఉన్నా ఆమె పైన మమకారం లేకపోవటంతో వచ్చింది చిక్కు.

దీనిని ఉపయోగించుకున్నాడు రంగనాథం. సరాసరి వెళ్ళి పక్కా వ్యాపార పంథాలో మాట్లాడి ఇరువర్గాల వారిని ఒప్పించి ఆమెను వివాహం చేసుకున్నాడు. పెళ్ళయిన నెలకే మామగారు చనిపోయారు. వీడే చంపేసాడంటారు. కాని నేను నమ్మను. ఆ అవసరం తనకు లేదని నాతో చాలాసార్లు అన్నాడు. తనకు వచ్చిన ఆస్తిలో ఓ పదిశాతాన్ని తన తల్లిదండ్రులకు ఇచ్చి ఆ ఊరి నుంచి శాశ్వతంగా జెండా ఎత్తేసాడు. పట్టణం వెళ్ళి ఎన్నో వ్యాపారాలు చేసి విపరీతంగా డబ్బు సంపాదించాడు. ఒక కొడుకును కని అతని భార్య

చనిపోయింది. ఆ కొడుకును అసలు భార్య కనలేదు. ఉంచుకొన్న దాని కొడుకు అని గిట్టనివారు చేసే ప్రచారం పల్లెలో మాస్టారుగిరి వెలగబెడుతున్న నా చెవికి సోకింది. కాని మిత్రుడు, వాడి సంగతి నాకు తెలుసు. ఏది ఏమైనా హాయిగా ఉన్నాడు, అంతే చాలు. ఇంత జరిగినా, కోట్లు సంపాదిస్తున్నా, ఇంకా వడ్డీ వ్యాపారం, ఫైనాన్స్, రియల్ ఎస్టేట్స్ వంటి వాటి ద్వారా సంపాదన మార్గంలోనే ఉన్నాడని, కొడుకును హాస్టల్లో ఉంచి చదివిస్తున్నాడని తెలిసింది. ఈ విషయంలో చాలాసార్లు మందలించాను. కాని వాడు వినలేదు. అప్పుడప్పుడు సెలవుల్లో కొడుకు వచ్చి ఓ రెండు రోజులు మాత్రం ఇంట్లో ఉండి వెళుతుంటాడట.

టంగ్... టంగ్.. గోడ గడియారం రెండు గంటలు కొట్టింది. కలత నిద్ర వలన కళ్ళు మండుతున్నాయి. మరో రెండు గంటలు కోడి కునుకు తీసి బస్సుకు బయలు దేరాను. రంగనాథంకు చెప్పి పోదామని అతని గదికి వెళ్ళాను. అతను మంచి నిద్రలో ఉన్నాడు. ఎందుకు నిద్రలేపటమని నేను వెళుతున్నట్టుగా చిన్న కాగితం రాసిపెట్టి బయలుదేరాను.

ఇది జరిగి సరిగ్గా రెండు నెలలు గడిచింది.

ఇదిగో, మళ్ళీ ఇప్పుడు. రంగనాథంకు సీరియస్ గా ఉందని అతని ఇరుగుపొరుగువారు నాకు టెలిగ్రాం ఇచ్చారు, అతని డైరీలో నా అడ్రస్ చూసి. నేను గబగబా వచ్చాను. కాని ఆ సరికే అంతా అయిపోయింది. అతని శవం వీధిగుమ్మంలో ఎదురొచ్చింది.

నేను వెంటనే కార్యక్రమంలో దిగి పోయాను. అతని శవం మోయటానికి ఎవరు ముందుకు రాలేదు. సమాజంలో తన ఇరుగు పొరుగు వారితో అతని సత్సంబంధాలు అంత చక్కగా ఉన్నాయి. అతనికి దూరపు బంధువులున్నారని అతని డైరీ చదివాక నాకు తెలిసింది. వారికి కబురుతోపాటు డబ్బు కూడా పంపాను, ఖర్చుల కోసం. లేకపోతే వారు రారు.

ఇతని కొడుకు ఏమైనట్టు? అతనితో నాకు రెండు మూడు సార్లు పరిచయం కలిగింది. ఏదో సాధించాలని తపన. ఏదో కోల్పోయానన్న బాధ అతని కళ్ళలో నాకు కనిపించాయి.

అతనెందుకు రాలేదు?

అయినా నేను శవదహనం వంటి కార్యక్రమాలు ఆపలేదు. యథావిధిగా అన్ని తంతులను సక్రమంగానే చేసాను.

ఆ రాత్రి....

"నేను రంగనాథం గారి కంపెనీ లాయర్ని. కుటుంబ మిత్రుణ్ణి. ఎప్పుడూ మీ గురించి వారు నాకు చెబుతుండేవారు. మీ వల్లనే తను ఈ స్థాయిలో ఉన్నానని అంటుండే వారు. ఆయన రాయించిన వీలునామా ఇది. తన యావదాస్తికి మిమ్మల్ని బాధ్యులుగా చేసారు. ఇకనుంచి ఈ ఆస్తి, కంపెనీ వ్యవహారాలు మీరు చూడవలసిందే! లేదంటే మీ ఇష్టం ఏం చేసుకున్నా చేసుకోవచ్చు" వీలునామా కాగితాలు నా చేతిలో పెట్టారు.

"చూడండి. రంగనాథంకు నా మీద ఎందుకింత ఆప్యాయతో నాకు తెలియదు. బహుశా మా స్నేహం, చిన్నతనంలో మా ఇంట్లో వాడు పెరగటం వంటివి ఇందుకు కారణాలు కావచ్చు. ఇంతటి భారాన్ని మోయటం నా కిష్టం లేదు. నేను ఒంటరిని. ఆజన్మ బ్రహ్మచారిని. అతనికో కొడుకుండాలి. అతనికి ఇవన్నీ చెందటం భావ్యం. అదీకాకుండా..."

నా మాటలను మధ్యలోనే ఆపి, "మీ గురించి నాకు తెలుసు. కాని చనిపోయిన వారి వీలునామాను గౌరవించటం మన ధర్మం, కర్తవ్యం. కొడుకు, అతనో ఉత్తరం మీకు అందజేయమని పంపాడు. అది మీరు మాత్రమే విప్పాలట. అదే విధంగా మీ మిత్రుడు రంగనాథం గారు సహితం ఇదిగో ఈ సీలు వేసిన కవరును మీకు అందజేయమన్నారు. నాకు ఇంటి దగ్గర పని ఉంది. వస్తాను. ఏదైనా అవసరం అనుకుంటే ఇదిగో నా ఫోన్ నెంబరు. వస్తాను" అతను వెళ్ళిపోయాడు.

మరలా నేను ఒంటరిని, చిత్రమైన వ్యక్తులు. తండ్రి శవదహనానికి అవకాశం చిక్కించుకోలేని కొడుకు. ఏం చేయాలి ఈ ఆస్తిని? బాధ్యత నా మీద ఉంది. ఎటూ పాలు పోవటం లేదు. ఏనాడూ ఇటువంటి వ్యవహారాలు చూచి కాదు కదా, విని కూడా ఎరుగను. నాదైన ఒంటరి ప్రపంచంలోనే ఇన్నాళ్ళు గడిపాను.

చేతిలో కాగితాలు. నీలం రంగువి రెండు కవర్లు. బరువుగా తోచాయి. ఏం చేయాలి?

ఒక్కసారిగా కుర్చీలోంచి లేచి, ముందుకు నా గదివైపుగా కదిలాను. "భోజనం వడ్డించమంటారా బాబూ!" నౌకరు ప్రశ్న.

"వద్దు. కొద్దిగా వేడి పాలు మాత్రం గదికి తీసుకురా! పంచదార వేయకు". అతను వెళ్ళిపోయాడు.

మళ్ళీ ఆలోచనలు...

ఒక్కసారి ఇంటిని పరికించాను. నిర్మానుష్యంగా ఉంది. ఖరీదైన ఫర్నిచర్, వాల్ పెయింట్లు. విశాలమైన, ఖరీదైన సౌకర్యాలతో గదులు. ఓహో.. ప్రపంచంలోని సంపదంతా ఇక్కడే ఉన్నట్టుగా ఉంది. కాని దీనిని ఎవరు అనుభవించాలి. మనిషికి కావలసింది ఏమిటి? ఒక్క మనిషి కోసం, ఎందుకిదంతా? అసలు వారసుడు ఎందుకు బాధ్యత వహించడు? చదవాలి. ఉత్తరాలు చదివితే కాని విషయాలు తెలియవు. ఏవో బలమైన కారణాలు ఉండాలి. లేకపోతే ఆ కొడుకు ఎందుకు రాలేదు. అసలు అతనెక్కడ ఉన్నాడు? గాలించైనా పట్టుకొని ఈ ఆస్తికి వారసుడిని చేయాలి.

ఆలోచనలలోనే నా గదికి చేరుకున్నాను.

మంచంపైన నడుం వాల్చాను. వీలునామా కాగితాలను నా సూట్ కేసులో ఉంచి ముందుగా రంగనాథం రాసిన ఉత్తరం చదువుదామని విప్పాను....

"బాబుగారు పాలు".

"అక్కడ పెట్టి నువ్వు వెళ్ళు" అతను నిశ్శబ్దంగా వెళ్ళిపోయాడు.

కవరు చించాను. కాగితం, అరటావు సైజు తెల్లకాగితం. అక్షరాలు ఒంకరటింకరగా ఉన్నాయి. బహుశా అనారోగ్యంతో ఉన్నప్పుడు రాసినట్టున్నాడు. చదవటం ఆరంభించాను.

"ఒరే శంకరం! రెండు నెలల క్రిందట, నీవు వచ్చినప్పుడు నన్ను ఒకమాట అడిగావు గుర్తుందా? నీకు గుర్తుందో లేదో కాని నాకు మాత్రం ఉంది. నా మనసును నిరంతరం తొలచివేస్తున్నది. నిజమే! సంపాదనలో పడి నేనేం కోల్పోయానో గుర్తించలేదు. ఆ తరువాత కళ్ళు తెరచి గుర్తించేసరికి, సమయం అరచేతిలో ఇసుకలాగా జారిపోయింది.

ఒరేయ్! మనిషి జీవితంలో విషాదం ఏమిటో తెలుసా! తను ప్రేమించకపోవటం కాదు. తనను ప్రేమించేవారు లేకపోవటం. భార్య పోయిన తరువాత సంపాదన, వ్యాపార వర్గాలలో విజయాలు, నా అవసరం ఉన్నవారు నన్ను పొగడ్తలతో ముంచివేయటం ఇవన్నీ నిజమే అనుకున్నాను సుమా! ఒక్కగానొక్క కొడుకు కోసం, వాడికి, వాడి తరువాత తరాలకు కూడా ఆకలి, అప్పు అనే రెండు 'పదాలు' గురించి తెలియకూడదనుకున్నాను. కాని ఆ రెండింటిలోనే మానవ సంబంధాలలోని మాధుర్యం ఉందని మరచిపోయానురా!

చెట్టు క్రింద కూర్చొని అడుక్కున్న గంజి మెతుకులను, తల్లి, తండ్రి, కొడుకు కలిసి తినే దృశ్యంలోని అసహ్యతను చూసాను కాని, అలా తింటున్న వారి మధ్య అన్యోన్యతను కాని, వారి కళ్ళలో కదిలే సంతృప్తికరమైన సంతోషపు వెలుగులను కాని చూడలేదురా! ఆప్యాయంగా, అనురాగంతో ఓ చెల్లి అన్నయ్యను కొడుతుంటే, ఛీ ఛీ, ఏమిటావెధవాటలు, ఎక్కడ ఉండవలసిన వాళ్ళు అక్కడే ఉండాలనుకొని, అనురాగాలు, ఆప్యాయతలు మధ్య సరిహద్దులు చేసుకొన్న నేను, చివరకు సాధించింది ఏమిటో తెలుసా? పచ్చ కాగితాల కట్టలు. నీడను తప్ప ఆప్యాయతల తోడును ఇవ్వని అందమైన భవనాలు. మేము నీకు అక్కరకు రాము సుమా అని పరోక్షంగా హెచ్చరించే బ్యాంకు బ్యాలెన్సులు. ఇవేనురా! ఇవన్ని ఎవరికోసం, ఇదంతా ఎందుకోసం? నా కొడుకు కోసం అనుకున్నాను. కాని వాడికి జ్ఞానం వచ్చిన దగ్గర నుంచి, నా దగ్గర నుంచి 'ఒరేయ్ కన్నా' అనే మధురమైన పిలుపుకు బదులు 'ఎంత కావాలిరా' అనే అజ్ఞానపూరితమైన అధికార స్వరాన్నే విన్నాడురా. నిజంగా నేను తప్పుచేసానంటావా?ఏమోరా? నేను చేసింది కరెక్ట్ అనే ఇన్నాళ్ళు అనుకున్నాను. పాత ఇంటిని అందమైన భవంతిగా మార్చాను. కంప్యూటర్ బొమ్మలు, పచ్చకాగితాల పడవలు, హంసతూలికా తల్పాలు, ఖరీదైన చదువులు, అంతకన్నా ఖరీదైన సౌకర్యాలు వాడికి సమకూర్చాను. కాని వాడిని ఒడిలో కూర్చోపెట్టి వేమన, సుమతీ శతకాలు చెప్పలేదురా. ఏనుగు ఆట వాడితో ఆడలేదురా. గుండెల పైన వాడిని నిద్రపుచ్చలేదురా. జామకాయలను దొంగ ఎంగిలితో మేము పంచుకోలేదురా. ఇప్పుడు నాకొక విషయం తెలిసింది. మనిషి నోట్ల కట్లను కాదురా సంపాదించవలసింది, తన కుటుంబ సభ్యుల మనసులను. కాని ఈ సత్యం జీవితపు చరమాంకంలో తెలిసింది. ఆ సరికే నా కొడుకు, నన్ను కాదన్నాడురా.

అందుకనే నా ఆస్తికి నిన్ను బాధ్యుడను చేస్తున్నాను. నీవు మాష్టారివి. నీకు తెలుస్తుంది, ఎలాంటి ఆలోచనలతో దీనిని సక్రమంగా వినియోగించుకోవాలో. నా బంధువులు చాలామందే వున్నారు. కాని వారికి కావలసింది నేను కాదు. నా ఆస్తి. కనుక, నీ స్నేహితుడి ఆత్మశాంతి కలిగే విధంగా ఈ ఆస్తిని నీ ఇష్టం వచ్చిన పనులకు వినియోగించు. నా ఈ చివరి కోరికను మన్నిస్తావనే అనుకుంటాను. వచ్చే జన్మలో సహితం నీకు స్నేహితుడిగా ఉండాలని కోరుతూ...

రంగనాథం.....

ఉత్తరం ముగించినాక నా కళ్ళవెంట జలజలా నీరు ఉబికి వచ్చి తలగడపై పడి తన ఆస్తిత్వాన్ని కోల్పోయింది. గుండెల్లో బాధ. మనిషికి కావలసింది ఏమిటి? టాల్ స్టాయ్ అన్నట్టుగా 'కేవలం నాలుగు గజాల స్థలం'. కాని ఈ విషయం మనిషి గుర్తించడు. డబ్బు, డబ్బు. మనిషి తన కనీస అవసరాలు తీర్చుకొనేందుకు డబ్బు అవసరమే. కాని తన వారిని కాదని, డబ్బును ప్రేమించి, మేడలు కట్టి, కార్లు కొని, నోట్ల కట్టలు సంపాదించి తనేం కోల్పోతున్నాడో గ్రహించడు. వెన్నెల రోజుల్లో తన భార్య తన గుండెల పైన నిద్రిస్తూ చేసిన సవ్వడులు ఇచ్చే ఆనందం, తన బిడ్డలకు సమాజపరమైన బాధ్యతలను గుర్తుచేసి, అందుకనుగుణంగా పోరాడి, సమాజం తనను గుర్తించి గౌరవించిననాడు కలిగిన ఆనందం, వెన్నెల్లో నైట్ క్వీన్ పరిమళాలను ఆస్వాదిస్తూ, కొబ్బరి ఆకుల మధ్య నుంచి మంచు కురుస్తున్న వేళ చందమామతో ఒంటరిగా తమ ఊసులను చెప్పుకుంటున్న సన్నివేశం ఇచ్చే హాయి, సంపద ఇస్తుందా? ఇవ్వదు, ఇవ్వలేదు. అయినా మనిషి సంపదకి విలువనిస్తాడు. సమాజం అతడికే భయపడుతుంది. కేవలం భయపడుతుంది అంతే!

రెండో ఉత్తరం తీసి చదివాను. కొడుకు రాసింది. "ప్రియమైన అంకుల్ కి....

మీ గురించి నాన్నగారు ఎప్పుడూ చెబుతుంటారు. ఆ విధంగా మీరంటే నాకెంతో గౌరవం. మా ఇద్దరి మధ్య అనురాగం, ఆప్యాయతలు, ఎటాచ్మెంట్ గురించి ఏదో సందర్భంలో మీకు తెలియకుండా ఉండవు. అందుకనే వాటి గురించి రాయను. రాసి మా నాన్నగారిని నిందించదలచుకోలేదు. ఏది ఏమైనా నాకు జన్మనిచ్చిన తండ్రి.

కాని ఒక్క విషయం చెప్పాలి....

ప్రతి కొడుకు తనదైన ప్రత్యేకమైన ముద్రను సమాజంలో ఏర్పరచుకోవాలని అనుకుంటాడు. అంతేకాని తండ్రి చాటు లేదా తల్లిచాటు బిడ్డగా ఉండాలనుకోడు. 'ఐడెంటిటీ క్రైసిస్' అనేది ప్రతీ ఒక్కరు కోరుకుంటారు. అందుకు నేను మినహాయింపు కాదు. ఈ కారణం చేతనే సైన్యంలో చేరిపోయాను. సంపద, హిపోక్రసీ, డబ్బు తెచ్చే గౌరవం, ఇవి కాదు నేటి యువత కోరుతున్నది. సమాజంలో తనదైన ముద్రను అందుకు తగిన గౌరవాన్ని కోరుతున్నారు. అందుకు అనువైన రంగాలను ఎంచుకుంటున్నారు. నా

వరకు నేను ఇదే తరహా ఆలోచనలతో సైన్యంలో చేరిపోయాను.

నా కోసం ప్రయత్నించవద్దంటూ నెల రోజుల క్రిందట నాన్నకు ఉత్తరం రాసాను. నా దారిన నేను ఒంటరి ప్రయాణం చేయాలనుకుంటున్నాను. చూద్దాం! నా ఆశల ఆశయాలను ఎంతవరకు సాధించగలనో! అలా సాధించలేనినాడు, ఒంటరిగా, ఏకాంతంగా ఎక్కడో నిశ్శబ్దంగా, నిర్లిప్తంగా నా ఉనికిని కోల్పోతాను. కాని ప్రాణం ఉన్నంతవరకు పోరాడుతాను. సదా మీ ఆశీస్సులు నాకుంటాయని ఆశిస్తూ...

మీ బిడ్డను కాని... బిడ్డ...

ప్రేమాప్యాయతలు కోల్పోయిన కొడుకులు దొంగలుగా, రౌడీలుగా, నేరచరిత్ర కలిగిన వారిగా సమాజంలో కొనసాగుతున్న వర్తమాన సమాజ నేపథ్యంలో రంగనాథం కొడుకు ఆలోచనలు ఈ విధంగా ఉన్నందుకు నిజంగా నాకు ఆనందం కలిగించింది. మనసులోనే అతనికి శతాయుష్షును ఇవ్వాలని భగవంతుని కోరాను.

కాని రంగనాథం ఎందుకింతగా సంపాదించినట్టు? ఏదో చేయాలి. సమాజానికి ఉపయోగకరమైన పని ఏదో ఒకటి ఈ డబ్బుతో చేయాలి.

ఆ రాత్రి మరి నిద్ర లేదు.

ఉదయం సూర్యకిరణాలు కిటికీలోంచి నా ముఖం మీద పడ్డాయి. సృష్టిలో పగలు, రాత్రి ఏ విధంగా తప్పనిసరో మనిషి జీవితంలోనూ అంతే.

రాత్రే నిర్ణయించుకున్నాను. ఇకనుండి నా మకాం ఇక్కడే. అందుకు అనుగుణంగా నా కార్యక్రమాల ప్రణాళిక రచనను చేయాలి.

కాని ఎందుకో, నేను చిన్నప్పుడు చదువుకున్న స్టీఫెన్ స్పెండర్ రాసిన కవిత గుర్తుకు వచ్చింది....

You Reduilt the Gecorian House with the Old laws:
And the Kitchen-Gaden Surrounded by a Wall,
And the Servants in the Servent Hall
Toying the room down-stairs at dawn
And gave these play things to your son
Your son grew up and thought, it all real
Hunting, Family, the business mans I deal...
But....
Son is thrown out on to a field abroad
A whip of lead strikes a strain of Blood from his
pure fore head; into the dust the fall......

దద్దా... నేగద్దెదిగనే

పేపర్లో ఆ వార్త చదివిన దగ్గర నుంచి, నా మనసు మనసులో లేదు. ఎంతాశ్చర్యం, గిరిధరం ఏమిటి? శాసనసభ్యుడిగా ఎన్నిక కావటం ఏమిటి? అది కూడా దిగ్గజం వంటి ప్రత్యర్థితో తలబడి గెలవడం, లక్ష ఓట్ల మెజారిటీతో. నిజంగా ఎంత ఆశ్చర్యం? అసలు ఇది నిజంగానే జరిగిందా, లేకపోతే పేపరు వాళ్ళు పొరబడ్డారా? నేనే పొరపాటుగా చదివానా?

మరోసారి పేపర్ ను దగ్గరగా ఉంచుకొని, ఒకటికి పదిసార్లు చదివాను ఆ వార్తను. ఎంతమాత్రం మార్పు లేదు. అదే సారాంశం, గిరిధరం లక్ష ఓట్ల మెజారిటీతో శాసనసభ్యుడుగా ఎన్నికయ్యాడు. ఫోటో కూడా వేసారు కనుక, నమ్మి చావవలసిందే! అదే ఫోటోగాని లేకపోయి ఉంటే ఎంతమాత్రం ఆ వార్తను లెక్కచేసేవాడను కాను.

ఎందుకంటే, నా మిత్రుడు గిరిధరం నైజం అటువంటిది మరి. ఎంటువంటివాడు?

నాకిప్పటికి బాగా జ్ఞాపకం ఆ సంఘటన. గడచి ఎన్నో సంవత్సరాలు కావచ్చు. కాని ఇంకా తాజాగానే నా మదిలో ప్రింటయి ఉంది.

ఒక రోజు, 'ఒరే దద్దా నాకో రెసిడెన్స్ సర్టిఫికేట్ కావాలి. ఆ ఎమ్మార్వోతో నీకు మంచి పరిచయాలున్నాయి కదా! మామూలుగా అయితే, ఏవో ఫార్మాలిటీస్ అంటూ దాదాపు వారం రోజులు ఎవరు ఇవ్వరు. ఎలాగూ చేతి చమురు వదలక తప్పదు. డబ్బు పోయినా ఫర్వాలేదు, సాయంత్రానికల్లా సర్టిఫికేట్ కావాలి' అన్నాడు గిరిధరం, నా దగ్గరకు వచ్చి. పల్లెటూర్లో చాలా వరకు మేముండుటం వలన నన్ను వాడు దద్దా అంటాడు.

గిరిధరం, నేనూ పదవ తరగతి నుంచి మంచి స్నేహితులం. వాడు ముడుచుకుపోయే మనస్తత్వం కలవాడు. నలుగురిలో కలవలేదు. గట్టిగా మాట్లాడలేదు. ఈ రోజు వాడో మాష్టారుగా ఉద్యోగం చేస్తున్నాడు. రెండు పి.జి. డిగ్రీలు కూడా ఉన్నాయి. అయినా సరే, ఎందుకో ఇన్ఫీరియారిటీ ఫీలింగ్ తో ఉంటాడు.

“నీవే వెళ్ళి, విషయం చెప్పి, ఆ డబ్బేదో ఇచ్చి రావచ్చు కదా! ఎందుకు అన్నింటికి వెధవ భయం నీకు? సర్లే, మరలా బాధపడతావు. చేస్తానులే!” అన్నాను. అతను వెళ్ళిపోయాడు.

నేను డిగ్రీ తరువాత చదువు ఆపేసి, కాంట్రాక్టులు చేయడం ప్రారంభించాను. నా ప్రొఫెషన్లో నాకు నలుగురితో రాసుకు పూసుకు తిరగడం తప్పదు. ప్రతీ అధికారి నాకు కావలసిన వాడే! ప్రతి అధికారికి నేను కావలసిన వాడినే! చిన్న చిన్న విషయాలకు నేను ఏ ఆఫీసుకూ వెళ్ళను. నా దగ్గర పనిచేసే వారిని పంపుతుంటాను.

నాకు, గిరిధరంకు అన్ని రకాలుగా కూడా తూర్పు పడమరే! అయితే ఈ వైరుధ్యం, మా స్నేహానికి ఎంతమాత్రం ఆటంకం కలిగించలేదు. పదో తరగతిలో ఆరంభమయిన మా

స్నేహం, పదిమంది కుటుంబ సభ్యులమైనా, నాకు ముగ్గురు, వాడికి ముగ్గురు పిల్లలు మరి, అవిచ్ఛిన్నంగా సాగుతూనే ఉంది. మా మధ్య అసూయలకు తావులేదు. ఎదుటివాడిని చూసి అసూయపడే "హీనస్థాయి" స్నేహం కాదు.

ఇదిగో అటువంటి ముడుచుకు పోయే గిరిధరం, రాజకీయాలలో ఎందుకు చేరాడు? ఎలా చేరాడు? ఇందుకు అతడిని ప్రేరేపించిన పరిస్థితులేమిటి? ఈ ప్రశ్నలే నా మనసును తొలచివేస్తున్నాయి. ఇహ లాభం లేదు. స్వయంగా వెళ్ళి తేల్చుకోవలసిందే, తెలుసుకోవలసిందే!

రాజకీయాలు వర్తమానంలో ఎంతగా రొచ్చు కంపుకొడుతున్నాయో నాకు తెలుసు. రాజకీయ నాయకులతో స్వయంగా సంబంధాలు కలిగినవాడిని. వారికి ఎన్నికల సమయంలో తృణమో, పణమో ముట్టజెప్పుతున్న వాడిని. నాకే ఈ కంపు భరింపరానిదిగా వుంటే, నా ముత్యమంటి స్నేహితుడు ఈ రొచ్చుగుంటలో దిగి పొర్లటం నేను సహించలేను. నేను వస్తున్నట్టుగా గిరిధరంకు ఫోన్ చేశాను. అతను స్టేషన్‌కు వస్తానన్నాడు.

★★★

మా మా వృత్తుల రీత్యా, నేను ఈ మహానగరం చేరున్నాను. గిరిధరం ఉన్న ఊర్లోనే నేను ఉండవచ్చు, కాని అక్కడ ఒక్క చేత్తోనే సంపాదించడం అవుతుంది. అదే ఈ మహానగరం అయితే, రెండు చేతుల్తో సంపాదించడానికి ఎన్నెన్నో అవకాశాలున్నాయి. ఇదే విషయం, నేనెన్నోసార్లు గిరిధరంకు చెప్పాను. కాని సంతృప్తి గురించి ఎన్నెన్నో ఉపన్యాసాలు, సిద్ధాంతాలు తనకు ఉన్నాయన్నాడు.

మరి పాపం అవన్నీ ఏమైపోయాయో? ఆత్మ సంతృప్తి, సంతృప్తి, నీతి, నిజాయితీ, ఆత్మాభిమానం, సిగ్గు, లజ్జ, మంచి, మానవత్వం, ఇవన్నీ ఉన్నవాడు రాజకీయాలలో ఓ వెధవగా, చేతకాని చవటగా వెక్కిరించబడతాడు. చివరకు తన పదవిని కోల్పోతాడు. లేకపోతే కనీసం తన సీటునయినా వదులుకోవలసి వస్తుంది.

అయినా గిరిధరంకు లక్షలకు లక్షలు పెట్టుబడి ఎవరు పెట్టారు? ఎందుకు పెట్టారు? తింటూ రుచులడగడం అనవసరం. ఆలోచనల మధ్య ట్రైన్ నన్ను గమ్యస్థానం చేర్చింది.

★★★

ఆ రాత్రి చిన్ననాటి స్నేహితుడినైన నేను, అతని విజయాన్ని గుర్తించి, అభినందించడానికి వచ్చినందుకుగాను, తాను ఎలక్షన్లో సింహం వంటి ప్రత్యర్థిని ఓడించినందుకు గాను, బ్రహ్మాండమైన పార్టీ ఏర్పాటు చేసాడు గిరిధరం.

పార్టీ బాగానే ఏర్పాటు చేసాడు. బాగానే ఉంది. అధునాతనంగా, ఎంతో డెకరేటెడ్ గా ఉంది. ఇల్లంతా రంగు రంగుల దీపాలు. చిన్నవి, పెద్దవి అలంకరించారు. గాలిలో అతిథులు స్ప్రే చేసుకు వచ్చిన సెంట్ల యొక్క పరిమళాలు ,కాక్టైల్ వాసన ముక్కు పుటాలను అదరగొడుతున్నది.

దూరంగా, జాక్సన్ 'డేంజరస్' మంద్రస్థాయిలో వినిపిస్తున్నది. ఆగి, ఆగి వీస్తున్న గాలి ఆల్కహాల్ వాసనలను నెమ్మదిగా తీసుకువస్తున్నది. బహుశా గాలి కూడా 'మత్తు'గా కదులుతున్నదేమో అనిపిస్తున్నది. రకరకాల డిష్ లు, వంటకాలు, శాఖాహారం, మాంసాహారాల మసాల వాసన ఘాటుగానే ఉంది. గుంపులు గుంపులుగా ఆడ, మగా కలిసి వేరువేరుగా తమ తమ ఆనందాలలో మునిగిపోయారు. సర్వర్లు, ఎవరి పనులు వారు, యాంత్రికంగా, మరబొమ్మల్లాగా చేసుకుపోతున్నారు. ఒకతను గాబరా గాబరాగా పార్టీ అంతా తిరుగుతూ, అందరి దగ్గరకు వెళుతూ, కావలసినవి అందిస్తూ, ఏదో చెబుతూ హడావుడి పడుతున్నాడు.

నేను ఈ సంబరాలకు కొంచెం దూరంగా, ఓ కుర్చీ వేసుకొని కూర్చున్నాను. ఇటువంటి తంతులు నా దినచర్యలో భాగమే మరి. విసుగేసింది.

ఇంతలో అటొకరు, ఇటొకరుగా మావాడు గిరిధరం వచ్చాడు.

నా ప్రక్కన మరో కుర్చీ వేయబడింది. ఇందాకటి నుంచి హడావుడి పడుతున్న మనిషి గబగబా వచ్చి, మా ఇద్దరికి చెరో కూల్ డ్రింక్ సీసా అందించాడు. ఫర్వాలేదు. నేను మందు తాగనన్న విషయం, విజయం ఇచ్చే కిక్కులో మరచిపోలేదు. నేను మౌనంగా త్రాగడం ప్రారంభించాను.

ఇరువైపులా ఉన్న మనుషులను వెళ్ళిపొమ్మన్నాడు. వారు వెళ్ళిపోయారు. నేను వచ్చిన పని, తెలుసుకోవాలనుకుంటున్న విషయం గురించి, మధ్యాహ్నం భోజనాల సమయంలోనే గిరిధరంకు తెలియజేసాను. కనుక ఇప్పుడు ప్రత్యేకంగా వాడికి చెప్పవలసింది ఏమీ లేదనిపించింది.

మా మధ్య కొంచెం సేపు మౌనం.

"ఈ విజయాన్ని నీవు ఊహించావా? కనీసం కలలోనైనా ఈ స్థాయికి చేరుకుంటావని నీవు అనుకొన్నావా? స్నేహితుణ్ణి బ్లేమ్ చేయడానికి ప్రయత్నించకు. నీకన్నా ఎక్కువ మనుష్య సమాజాన్ని, వ్యాపార సంబంధాలను రాజకీయ నాయకులలో సంబంధాలు కలవాడిననే విషయం మరచిపోకుండా సమాధానం చెప్పు" అన్నాను.

"నీ దగ్గర దాచవలసింది ఏముంది కనుక. కాని ఈ స్థాయికి చేరుకుంటానని మాత్రం ఊహించాను. అది కూడా ఎలెక్షన్స్ లో సీట్ దొరికిన తరువాతే సుమా!" గిరిధరం చాలా కూల్ గానే చెప్పినా నాకు 'షాక్'లా అనిపించాయి, ఆ మాటలు. వ్యాపారంలో విపరీతమైన అనుభవం నాచేత మొహంలో 'ఫీలింగ్స్'ను ఎక్స్ ప్రెస్ చేయనీయలేదు. "ఎలా ఊహించావు?"

"చేసిన పనులు, చేయించిన పనులు, పోయించిన సారా, ఇప్పించిన డబ్బు. ఇవీ నా ఊహకు బలం చేకూర్చిన అంశాలు".

"ఏం చేసావు?".

"ఎందుకవన్నీ వద్దు. మంచి రాత్రిని పాడుచేసుకోవడం నాకిష్టం లేదు. ఏదో అలా జరిగిపోయాయి. వాటిని వదిలేద్దాం. ప్రతీ రాజకీయ నాయకుడు ఎన్నికల సమయంలో చేసే సాధారణ జిమ్మిక్కులే నేను కూడా చేసాను, చేయించాను. అవన్నీ సత్ఫలితాన్నే ఇచ్చాయని చెప్పాలి. ఎనిహౌ, వాటిని మరచిపోదాం" ఎంత బేలన్స్డ్ గా మాట్లాడుతున్నాడు. అవును మరి ఎన్ని వేదికల మీద, ఎన్ని రకాల మనుషులకో 'హామీ'ల వర్షం కురిపించడానికి ఆ మాత్రం 'బేలన్సింగ్' తప్పనిసరి. ఫర్వాలేదు, తొండ ముదురు తున్నది.

"అసలు విషయం దాటవేస్తున్నావు" అన్నాను.

"ఆ విషయానికే వస్తున్నాను. మిత్రుడివి, నీ దగ్గర మనసు విప్పి మాట్లాడుకుంటే కొంత భారం తగ్గినట్టుగా ఉంటుంది. ఎందుకీ ఎలక్షన్లు, ఈ రొచ్చులోకి కావాలని చేరటం, ఇవన్నీ ఎందుకు, ఎటువంటివాడివి, ఎలా మారిపోతాడో అనేది కదా నీ భయం. ఏం ఫర్వాలేదు. నేనేంటో, నేనెందుకు ఇందులోకి దిగానో టూకీగా చెబుతాను. అర్థం చేసుకో! చేసుకుంటావులే. నాకు నీవు కాకపోతే మరెవరు శ్రేయోభిలాషులు చెప్పు" అతని కంట్లో కన్నీరు. మాటల్లో నిజాయితీ. అతను నిజాలే చెబుతున్నాడని చెప్పకనే చెబుతున్నాయి.

నేను మౌనంగానే ఉన్నాను. వ్యాపారం ప్రథమ సూత్రం, ఎదుటివాడిని ఉద్రేకపరచి, ఉత్సాహపరచి మన సరుకు అమ్ముకోవడం, నాకు కావలసిన ఎఫెక్ట్ గిరిధరంలో కనిపించింది. ఫర్వాలేదు. ఇక నేను ప్రశ్నలు వేయనవసరం లేదు. అన్నీ అతడే చెబుతాడు.

ఇనుము బాగా కాలి ఉంది, కావలసిన సమయంలో, కావలసిన విధంగా దెబ్బలు వేయడమే! ఈ విద్యలో నేను ఆరితేరి ఉన్న వాణ్ణి.

"చెప్పు, కావాలని ఎందుకు దిగావు?"

అతను చెప్పడం ప్రారంభించాడు.

★★★

"నీకు తెలుసు. నాకు చాలాకాలంగా స్వంత ఇల్లు అనేది కావాలని కలలుకంటున్న విషయం. ఇందుకోసం నేను చేయని ప్రయత్నం అంటూ లేదు. అప్పంటూ లేదు. ఎలాగైతేనేం, చివరకు ఒక మంచి జాగా, నగరానికి మధ్యగా, చక్కని సెంటర్ లో స్థలం కొన్నాను. కాని కొనడమంటే జరిగింది గానీ, రిజిస్ట్రేషన్ కార్యక్రమాలు అవి జరగడానికి కొంత సమయం అవసరమయింది. చేతిలో డబ్బు లేదని కాదు. కాని ఇంతలో నా పెద్దకూతురు, ఇంకా ఇరవై రాలేదనుకో! అయినా మంచి సంబంధం. కేంద్ర ప్రభుత్వ ఉద్యోగి. ఒక్కడే కొడుకు. లక్షాధికార్లు. ఏదో పెళ్ళిలో మా అమ్మాయిని చూసారుట. విషయాలు తెలుసుకొని, హఠాత్తుగా ఒకరోజు దిగిపోయారు. నేనూహించని సంఘటన ఇది. సరే, కావాలనుకుని వచ్చిన వారిని ఎలా కాదనగలమని, కట్నకానుకలు పెద్దగా ఇచ్చుకోలేనని, పరోక్షంగా ఓ మెలిక పెట్టాను. అయినా సరే వారు ఒప్పుకోలేదు. అన్ని కలిపి ఎనభై వేలయితే చాలన్నారు. నాకు న్యాయంగానే తోచింది. సరేనన్నాను. ఇలా ఒకదానిమీద

ఒకటి వచ్చి చేరేసరికి, నా జాగా రిజిస్ట్రేషన్ కోసం నేను స్థలం కొన్న ఆసామి దగ్గరకు వెళ్ళాను. కాని ఈ మధ్యకాలం వ్యవధి మూడు నెలలు. ఈ మూడు నెలల్లో ఎన్నో జరిగిపోయాయి. నేను అడ్వాన్స్ ఇచ్చిన ఆసామిని బెదిరించి, ఓ రాజకీయ పార్టీ అండతో నా స్థలాన్ని ఆక్రమించుకున్నాడు, ఓ రౌడీ వెధవ. ఎన్నోసార్లు వెళ్ళి అతని దగ్గర రోదించాను. కనీసం నేను ఇచ్చిన అడ్వాన్స్ ముప్పైవేలన్నా నాకు తిరిగి ఇచ్చేయమని. కూతురు పెళ్ళని ప్రాధేయపడ్డాను. కాని ఓటమే తప్పా, ఒక్క పైసా రాలేదు. ఆ ముప్పై వేలు అలా బూడిదలో పోసిన పన్నీరయింది. నా ఖర్మ ఇంతేనని నేను ఊరుకొని, కూతురు పెళ్ళి కోసం మరలా ప్రయత్నాలు చేయడం ఆరంభించాను. కాని నా మనసులో ఉడుకు మాత్రం అలాగే ఉండిపోయింది. నా కష్టార్జితం అప్పనంగా మరొకడు దొబ్బడం అన్యాయమనిపించింది. సగటు మనిషిని, మామూలు మధ్యతరగతి మనిషిని. ఏం చేయగలను?"

ఎవరో రావడంతో అతను చెప్పడం ఆపాడు.

ఇద్దరు వ్యక్తులు వచ్చి ఏదో చెప్పి వెళ్ళారు. వెంటనే జేబులోనుంచి సెల్ ఫోన్ తీసి, ఎవరికో చేసాడు. ఏవేవో ఆర్డర్లు వేసాడు. అతని ముఖంలో రకరకాల రంగులు.

కొంచెంసేపు తరువాత....

"చెప్పాను కదా అవకాశం కోసం చూస్తున్నానని, అది ఎన్నికల రూపంలో వచ్చింది. అనుకోలేదు, నాకో అవకాశం వస్తుందని. రాష్ట్రంలో రాజకీయాల గురించి నేను నీకు చెప్పేటంతటి వాడిని కాను. కాని పూర్వంకన్నా ఇప్పుడు చాలా మార్పు వచ్చింది. అన్ని పార్టీలవారు విద్యావంతులను సెలక్టు చేసుకుంటున్నాయి. ఎటువంటి రాజకీయ అనుభవం అవసరం లేదు. ఆర్థిక వనరులు అవసరం లేదు. తామున్న నియోజక వర్గ పరిధిలో కనీసం సగం మందికైనా తెలిసుంటే చాలు. మిగిలిన పనులు ఆయా పార్టీల అధిష్టాన వర్గాలే చూసుకుంటాయి.

ప్రచారం దగ్గరనుంచి, బూతు కేప్చరింగ్ వరకూ నాకు మరో కలసివచ్చిన అంశం ఏమిటంటే, నాకున్న ఉత్తమ ఉపాధ్యాయుడి అవార్డు ప్లస్ నా నియోజకవర్గంను జనరల్ కేటగిరికి మార్చటం. కలసి వచ్చే దినాలుంటే అంతే మరి. అయితే ఎవరు నా వెనుక ఉన్నది అనుకునేవు, ప్రస్తుతం రాష్ట్రంలో ఉన్న ప్రభుత్వానికి వ్యతిరేకంగా నినాదాలు చేస్తున్న నాయకుడే! ఆశ్చర్యంగా ఉంది కదా! అదే రాజకీయం. ఇంకో విషయం చెప్పనా? ఏ రాజకీయ నాయకుడి అండతో రౌడీగా వెలిగి నా జాగా ఆక్రమించుకున్నాడో, అతగాడే, అదిగో! పార్టీలో అన్ని బాధ్యతలను నెత్తిమీద వేసుకొని గాబరా గాబరాగా తిరుగుతున్న వ్యక్తి. రాజకీయ వ్యవస్థ మన చేతిలో ఉంటే మనుషులను ఎంతగా హీనంగా మార్చవచ్చో ఇప్పుడిప్పుడే నాకర్థమవుతున్నది. కనుకనే నాకు సీటు వచ్చిందని తెలియగానే లోపాయికారిగా తన స్వంత పార్టీకే వ్యతిరేకంగా పనిచేసి, వ్యతిరేక పార్టీ అభ్యర్థినైన నన్ను గెలిపించడానికి శతవిధాలుగా ప్రయత్నించిన ఆ మహానాయకుడికి ఏమిచ్చినా నా రుణం

తీరదేమో అనిపిస్తుంది కదా! ఇక నా జాగాను నేను హాయిగా ఆక్రమించుకోవచ్చు. బహుశా ఫ్రీగా ఎటువంటి రిజిస్ట్రేషన్ ఖర్చులు లేకుండానే! కానీ నేను అలా చేయను. అన్ని ఖర్చులు నేనే పెట్టుకుంటాను. దీనివలన ఎంతో ఫ్రీ పబ్లిసిటీ. ఏమంటావు?"

నా మిత్రుడి మాటలు మరి నేను వినదలుచుకోలేదు. నిద్రవస్తున్నదని చెప్పి ఇంట్లోకి వచ్చి మంచంపైన నడుం వాల్చాను.

చీమ కుట్టిన మనిషి రకరకాలుగా స్పందిస్తాడు. కొందరు వెంటనే చంపేస్తారు. మరికొందరు తీసి దూరంగా పారేస్తారు. ఇంకొందరు దులిపేస్తారు. తనకు అన్యాయం చేసిన మనిషి కూడా అంతే! అయితే అందరికి అవకాశాలు రావు. వచ్చిన అవకాశాలను అందరూ వినియోగించుకోలేరు. కాని నా మిత్రుడు ఉపాధ్యాయ వృత్తిలో ఆరితేరినవాడు. సమాజం గురించి అవగాహన కూడా ఉన్నవాడు. తనమీద పడిన రాళ్ళతో తనకు రక్షణగా దుర్గం కట్టుకునే మనిషతడు. అవకాశం వచ్చింది. తన ముసుగు తీసేసాడు. తనకెవరు సహాయం చేస్తారో, చేయగలరో, ఎందుకు చేస్తారో, ఎలా చేస్తారో కరెక్టుగా అంచనా వేయగలడు.

సక్సెస్ ఫార్ములా కూడా ఇదే కదా! ఏ మనిషి మనస్తత్వం ఏమిటో కూడా తెలిసిన 'సైకాలజిస్ట్' అతను. కనుక అన్ని రకాలుగా కలసి వచ్చిన అవకాశాలను అంది పుచ్చుకున్నాడు. విజయం సాధించాడు. అతనో మామూలు వ్యక్తి. పరిస్థితులు సహితం మామూలుగాను అతడిని బాధించాయి. ఆ బాధలను అతను 'క్యాష్' చేసుకొనే అవకాశం రాగానే మామూలు మనుషులు అందరిలాగ భయపడలేదు. ముందుకు ఉరికాడు. విజయలక్ష్మి చేయి పట్టుకున్నాడు. అందరి సగటు మనుషుల జీవితాలలో ఇలా జరగాలని ఎక్కడా లేదు. కాని జరగదని అనుకోవడానికి కూడా అవకాశాలు లేవు.

కాని ఎంతో నిజాయితీపరులు, మంచివారు ఈ విధంగా తమ కోపతాపాలు, పగ ప్రతీకారాలు తీర్చుకోవడం కోసం అర్ధశతాబ్దం దాటిన ప్రజాస్వామ్యాన్ని వాడుకొంటున్నందుకు విచారించాలా? ఆనందించాలా? ప్రజాస్వామ్యమంటే అర్థం ఇదా?

మేం సుఖంగా లేమా?

నేను, మా ఆయన, నా కూతురు, ఇదే నా ప్రపంచం. స్వాతంత్ర్య సంగ్రామం నుంచి స్వదేశీ ఉద్యమాల వరకు నేను అనేక రకాల ఉద్యమాలను చూశాను. నా తండ్రి, నా భర్త కూడా ఆయా ఉద్యమాలలో పాత్రధారులుగా ఉండి జైలు జీవితం గడిపిన వాస్తవమైన స్వాతంత్ర్య సమరయోధులు, నిష్కళంక దేశభక్తులు.

దివిసీమ వరదలలో నా భర్తతో పాటుగా మా సంపద కూడా పోయింది. అప్పుడు నాకు మిగిలింది గర్భవతిగా ఉన్న నా కూతురు మాత్రమే!

నేను అనుభవించిన కష్టాలు, కార్చిన కన్నీరు, ఇప్పుడు మీకు చెప్పి అమూల్యమైన సమయాన్ని వృధాచేయడం నాకు ఇష్టం లేదు.

కాని గతం, వర్తమానం, భవిష్యత్, వీటిమధ్య నలుగుతున్న మనవంటివారి గురించి చెప్పాలనిపిస్తున్నది.

తరాల మధ్య అంతరాలు నిరంతర కాలగమన మార్పులలోను సహజమే. కాని ఈ మార్పులు, మనకు ఉన్నపాటి సుఖాన్ని కూడా దూరం చేస్తున్నాయేమోనని నా అనుమానం. మా తరం స్త్రీలకు ఉద్యమాలు తెలియదు. సంఘమంటే మాకు భయం. తండ్రి, భర్త, పిల్లల మధ్య మా జీవితాలు 'సురక్షితంగా' గడిపాం, లేదా అలా భావించాము. నిన్నటి తరం, నా కూతురు తరం, స్వేచ్ఛకోసం సంఘంతో పోరాటం చేసారు, సాధించారు. కాని వారు వర్తమాన సంఘంలో ఏ స్థానంలో ఉన్నారు. ఇది నేను ఆలోచించమంటున్న, ఆలోచిస్తున్న విషయం. మొన్నటి కందుకూరి, గురజాడలు, నిన్నటి చలం, నేటి రంగనాయకమ్మ లేదా మరొకరు ఈ సమస్యలను సాహిత్యం ద్వారా సమాజానికి తెలియపరుస్తున్నారు. కాని నేటి పరిస్థితిలో మార్పు వచ్చిందా? ఆత్మహత్యల శాతంకాని, వరకట్న చావులు కాని, బలవంత భ్రూణహత్యలు ఆగుతున్నాయా? పోరాటాల వలన మన బ్రతుకులు మరింత సంక్లిష్టం అయినాయేమోనని నా అనుమానం.

నిన్నటి తరం, స్వేచ్ఛకోసం ఆశపడ్డారు. నేటి తరం, స్వేచ్ఛ వలన నిరాశపడుతున్నారు. కాదనగలరా? నాది పలాయన వాదమనో, నిరాశవాదమనో ఆధునిక మహిళామణులు త్రోసిరాజనూ వచ్చును. కాని ఒక్కసారి ఆలోచించుకుంటే విషయం మీకే అవగతమవుతుంది.

ఇదిగో ఈ రకమైన ఆలోచనల మధ్యనే, నా మనుమరాలు నన్నొక ప్రశ్న అడిగింది.

"మామ్మా! మాకున్నన్ని, మేము అనుభవిస్తున్నన్ని సంఘర్షణలు మీరనుభవించారా? అదే కాంట్రడిక్షన్స్. చెప్పు మామ్మ"

ఇదీ ఆ ప్రశ్న. ఇప్పుడు చెప్పండి. ప్రశ్న అడిగినంత సులభమంటారా సమాధానం చెప్పటం.

సమాధానం కావాలంటే మాత్రం కథలు వినాలి, చదవాలి. మా వ్యధలు తెలుసుకోవాలి. ఇప్పుడు చెప్పండి, నా కథ చెప్పడంలో ఔచిత్యం లేదంటారా? ఇది కేవలం నా మనవరాలి ప్రశ్న కాదు. అనేకమంది మహిళల ప్రశ్న.

నిజమే! మొన్నటి మా తరం సంఘం వేరు. సాంఘిక పరిస్థితులు వేరు. నిన్నటి నా కూతురు తరం నాటి సంఘం వేరు. నేటి నా మనవరాలు తరం నాటి పరిస్థితులు వేరు.

మొన్నటి, నిన్నటి తరం వారిలోని జీవన సూత్రాలను వారధిగా స్వీకరిస్తూ నేటితరం స్త్రీలు తమ ఉనికి అస్థిత్వాలు తెలుసుకోవాలి.

మాది శ్రీకాకుళం జిల్లాలో వంగర గ్రామం. వంశధార పాయ మా ఊరిని ఒరుసుకుంటూ సాగిపోయేది. అవి స్వాతంత్ర్య సముపార్జనకై భారతీయులు సమరం చేస్తున్న రోజులు. మా కుటుంబం చాలా చిన్నది. నేను, అన్నయ్య, నాన్న, అమ్మ "పదిలంగా అల్లుకున్నా పొదరిల్లు మాది". ఉగాదులు, సంక్రాంతులు, శ్రీరామ నవమి, గణేశ చతుర్ధి, దసరా నవరాత్రులు ఇలా ప్రకృతి ధర్మాలకు సమాజ సమస్యలకు ఒకతాటిపై నడిచే గ్రామం మాది.

చైత్రమాసపు కోయిలల కుహూ, కుహూ రావాలు, వడపప్పు ప్రసాదాల మధ్య అమాయకంగా, పట్టు పరికిణీలలో, పరమాన్నాలతోనూ బ్రతుకులు సుఖంగానే గడిచిపోయాయి.

కాని, తను కోరుకున్న విధంగా మనిషి జీవించటం సాధ్యం కాదు. అందుకు సంఘం అంగీకరించాలి. సంఘం మనల్ని శాసిస్తుంది. ఇలా బతకమని నిర్ధారిస్తుంది. మనం మన ఆత్మను చంపుకొని అలాగే బ్రతుకుతాం.

మా నాన్నగారు అంత గొప్పవారు కాదు కాని, సంఘం నిర్దేశించిన విధంగా జీవనం గడపలేదు. అలాగని సంఘాన్ని ఎదిరించనూ లేదు.

ఆనాడు ఆడపిల్లకు ఆరేళ్ళకు వివాహం జరగాలి. చదవకూడదు, గడపదాటకూడదు, ఇంకా చాలా చాలా పరిమితులు.

కాని మా నాన్నగారు నన్ను ఆ రోజుల్లో ఫిఫ్త్ ఫారం వరకూ చదివించారు. నాకంటూ ఒక వ్యక్తిత్వం కలిగించారు. మరో విజయం, ఆ రోజుల్లో చలం పుస్తకాలను నేను చదివాను. ఆశ్చర్యంగా ఉందికదా, నిజమే! ఇప్పటికీ నాకూ ఆశ్చర్యమే! మా నాన్న సనాతన వాది కాదు. గాయత్రి పఠించేవారు.

నిత్యహోత్రావధానులుగా చుట్టు ప్రక్కలపది గ్రామాలలో గొప్ప పేరుంది. కానీ సమాజం, మనిషి ఒకేతానులో గుడ్డలయినప్పటికి, వాటిని వేరు చేసిన తరువాత ఆ గుడ్డముక్కలు వివిధ ఆకృతులను దాల్చుతాయి. బహుశా మా నాన్నగారి సిద్ధాంతం ఇదేనేమో అనిపిస్తుంది.

స్వాతంత్ర్య ఉద్యమం ముమ్మరంగా జరుగుతున్న రోజులు. లాఠీలు, కారాగారవాస శిక్షలు, మా అమ్మానాన్నలు కూడా అనుభవించారు. కారాగార శిక్షతోనే మా అన్నయ్యకు క్షయ వచ్చి చనిపోయాడు. మా నాన్నగారు మౌనంగానే శవ సంస్కారాలు చేశారు.

అవును! ఆయన స్థిత ప్రజ్ఞుడు. ఆయనే నాకు మార్గదర్శకులు.

ఇది జరిగిన నెలకు, అప్పటికి నా వయస్సు, నా పరిస్థితి నా చేతిలో లేదు. వివాహం జరగకపోతే ఆ రోజులలో ఓ హెూ.. నేను చెప్పలేను.

అప్పుడు జరిగింది ఆ సంఘటన...

ఇద్దరు మగవాళ్ళు మా ఇంట్లోకి వచ్చి మా నాన్నగారిని ఏదో అడిగారు. నాన్న గదిలో చదువుకుంటున్న నన్ను చూపించారు. ఆ ఇద్దరిలో యువకుని లాంటి వ్యక్తి నన్ను ఎగాదిగా చూడటం నాకు గుర్తుంది. ఇద్దరూ వెళ్ళిపోయారు.

ఆ రాత్రి అమ్మా, నాన్న మాటలు నాకు వినిపించాయి.

"ఔను శారద, బుజ్జికి పెళ్ళి చెయ్యాలి కదా! నా పరిస్థితి నా చేతిలో లేదు. ఈ రోజు కాకపోయినా రేపైనా నేను జైలుకు వెళ్ళక తప్పదు"

మా అమ్మ ఏడుపు నాకు వినిపించింది.

"ఏడవకు శారద. ఏడుపు మనిషిని మరింత పిరికి మనిషిని చేస్తుంది. ఫర్వాలేదు. గుండె భారం దింపుకో! కాని వాస్తవం గ్రహించు. వాస్తవాలు మనిషిని కొలిమిలో కాల్చిన సువర్ణంలాగా చేయాలి. అప్పుడే ప్రకాశం ఉంటుంది. రేపు నేను జైలుకు వెళితే దానికి నీవే అన్నీ అయి చేయాలి తెలిసిందా, నిద్రపో" నిశ్శబ్దం.

ఇదీ జరిగింది.

పదిహేను రోజుల తరువాత నన్ను చూడటానికి వచ్చిన యువకుడు కుటుంబరావుతో నా వివాహం. నాన్న జైలుకు వెళ్ళిన రోజు, నేను అత్తవారింటికి వెళ్ళిన రోజు ఒకే రోజు కావటం దైవకృపో, కాకతాళీయమో నాకు తెలియదు. కాని జైలు, అత్తగారి ఇల్లు ఒకలాంటివేనని కొద్దిరోజులు తరువాత తెలిసింది. పరిస్థితి నాచేయి దాటిపోయింది.

కాని నేను ఆశావాదిని. కుటుంబరావు సంసారం చాలా పెద్దది. వారిది కూడా మా ప్రక్క గ్రామమే. తల్లి, ముగ్గురు చెల్లెళ్ళు, నలుగురు తమ్ముళ్ళు. దివాణం పెద్దది. దేవిడి కూడా పెద్దదే. నేను పెద్దకోడలిని.

మామయ్య చనిపోయి చాలాకాలం అయింది. అత్తగారి నోటికి, చేతికి కూడా హద్దులేదు. నాకంటూ వ్యక్తిత్వం ఉన్న నేను, అసలు వ్యక్తిత్వం అంటే ఏమి లేకుండా మనుషులు మరలుగా బ్రతకవచ్చని రుజువు చేసారు నా మరుదులు, ఆడపడుచులు.

నౌకర్లు, చాకర్లు, చాకిరి. స్వేచ్ఛలేని ఒంటరితనం. కాలచక్రం తిరుగుతూనే ఉంది.

అత్తవారింట్లో నా అస్థిత్వాన్ని కాపాడుకోవటానికి నేను చేయగలిగిందంతా చేసాను. నన్ను తిట్టారు, కొట్టారు, చంపుతామన్నారు. అయినా నేను భయపడలేదు. ఈ జీవితం నాది. సమస్యలు నావి. పరిష్కారాలు కూడా నేనే కనుక్కోవాలి కదా!

ఆ విధంగా నిరంతర పోరాటం, అవిశ్రాంత ఆరాటం. కొంతకాలానికి ఎవరికివారే యమునా తీరేగా వాటాలు వేసుకొని దూరంగా వెళ్ళిపోయారు.

మా అత్తగారు కాలగర్భంలో శిధిల శకంగా మారిపోయారు. మా జ్ఞాపకాల పొరల్లో తనకంటూ ఓ జ్ఞాపకం మిగల్చకుండానే, శాశ్వతంగా దూరమయ్యారు. చివరకు దివిసీమ వరదలలో నా భర్త. ఏకాకిని.

ఇది నా కథ కాదు. మా తరం స్త్రీలలో ఎంతో మందికథ. మా జీవితాలు ఉదయం లేచిన దగ్గర నుండి రాత్రి పడక చేరే వరకు నిరంతర సంఘర్షణ మధ్యనే సాగిపోయాయి. ఇష్టంలేని మొగుడు, బరువుగా మారిన సమిష్టి కుటుంబాల పోషణ, వంటలు, వార్పులు, గర్భాలు, పురిటి వాసనలు, పండుగలు, చావులు. ఇదిగో వీటి మధ్యనే సాగిపోయింది మా బ్రతుకు సమరం.

కాని, ఒక రకంగా చెప్పాలంటే మేము సుఖంగానే ఉన్నామనిపిస్తుంది. ఎందుకంటే, మా సమస్యలు కేవలం వ్యక్తిగతమైనవి. నేటితరం స్త్రీలకు అటు వ్యక్తిగతమైనవి, ఇటు వ్యవస్థాగతమైన సమస్యలు కూడా ఉన్నాయి. గోడదెబ్బ. చెంపదెబ్బ.

గమనించదగ్గ విషయమేమిటంటే, అజ్ఞానంలో, అవిద్యతో, స్వేచ్ఛ పేరుతో, నాగరికత ముసుగులతో, తమ జీవితాలను తామే నాశనం చేసుకుంటున్నారేమో వర్తమాన స్త్రీలు అని నాకు అనిపిస్తుంది.

బేరీజు వేసుకోండి. గతంలో మా తరం కుటుంబ జీవనగమన సమరానికి, వర్తమానంలో మహిళ ఏకాకి బ్రతుకు సమరానికి మధ్యగల అగాథం వంటి అంతరాలను.

"ఏంటి మామ్మా ఆలోచిస్తున్నావు. నా ప్రశ్నకు సమాధానమేనా, చెప్పు" చిన్న పిల్లలా నా ఒడిలో మనవరాలు. నాకు తెలిసింది చెప్పాను. జాగ్రత్తగా వింటున్నది. ఇంతలో వాళ్ళమ్మ వచ్చింది. ఏంటి, మామ్మా మనవరాలు ఇద్దరూ కబుర్లు చెప్పుకుంటున్నారు? పదవే మరలా బస్సు తప్పిపోతే, నీ బాసు నా బాసు కూడా తిడతారు". ఇద్దరూ వెళ్ళిపోయారు.

బాదం చెట్టు ఆకులు రాలిపోయి నామీద పడుతున్నాయి. కాలగమనంలో ఋతువులు తమ పని తాము చేసుకుపోతున్నాయి. యాంత్రికతకు అలవాటుపడిన మనుషులలాగా నా

మనవరాలు, నా కూతురు, ఇద్దరూ ఒకరు ప్రయివేట్ కాలేజిలో ఉపాధ్యాయిని. మరకొరు ప్రయివేట్ కంపెనీలో.

ఉదయం వెళ్ళినవారు, రాత్రికి కొంపకు చేరుతారు. ఎవరో అన్నట్టుగా వారికి "ఉగాదులు లేవు, ఉషస్సులు లేవు. కాలగమన యంత్రానికి వారిరువురు నట్టులు. వారి పనంతే! నిరంతరంగా భ్రమిస్తుండటమే, ఎటువంటి మార్పులు లేకుండా. ఘర్షణ, సంఘర్షణల నడుమ వారి జీవితాలు, కేవలం యంత్రాలు. ఇప్పుడు చెప్పండి. స్వచ్ఛంగా నా కుటుంబం, నా వాళ్ళు, నా ప్రదేశం అనుకుంటూ అమాయకంగా బ్రతికిన మేము సుఖంగా లేమంటారా? దీనిని కాదనగలరా?

పిల్లలను తినే పులి

"సంఘర్షణ ఉన్నంతకాలం శక్తి వృధా అవడం జరుగుతుంది. స్వేచ్ఛ ఉన్నప్పుడే శక్తి శిఖరాగ్ర స్థాయిలో వుంటుంది. ఈ ఘర్షణ నుంచి, యీ సంఘర్షణ నుంచి విముక్తి పొందడం ఎట్లా అనేది మనమే శోధించి, అన్వేషించి తెలుసుకుందాం. మీరు నేనూ కలసి అన్వేషిస్తూ, శోధిస్తూ, ప్రశ్నిస్తూ ఈ ప్రయాణం చేయబోతున్నాం. అనుసరిస్తూ మాత్రం కాదు. తరచి శోధించాలంటే స్వేచ్ఛ ఉండి తీరాలి. భయం ఉన్నప్పుడు స్వేచ్ఛ వుండదు. భయం అనే భారాన్ని బాహ్యంగానే కాదు, అంతర్గతంగా కూడా మనం మోస్తూ ఉంటాం".

జిడ్డు కృష్ణమూర్తి

బంగాళాఖాతంలో ఏర్పడిన అల్పపీడనం కారణంగా గత రెండు రోజులుగా వర్షాలు కురుస్తున్నాయి. ముసురు, ఈదురు గాలులు. బయటకు వెడదామంటే, చీదర చీదరా ఉంటుందని వర్షం ఆరంభం నుంచి గృహ నిర్బంధంలోనే ఉన్నాను. చేస్తున్నది ప్రభుత్వ ఉపాధ్యాయుని పని. వర్షం పడితే నేను ప్రత్యేకించి సెలవు పెట్టనవసరం లేదు. మాకున్న పాఠశాల అనబడు నిట్రాట గుడిసె వలన అసంకల్పితంగా సెలవు వస్తుంది. కనుక, నాకేమీ పనిలేదు. బ్రహ్మచారిని. బాదరబందీలు లేనివాడిని. వర్షాన్ని చూస్తూ, రవి శంకర్ ని వింటూ, ఫుట్ బాల్ మ్యాచ్ లు చూస్తూ, అదృష్టం బాగుండి కరెంట్ ఉండటం వలన, అప్పుడప్పుడు తిలక్ చదువుతూ, ఇంటి పనివాడు తెచ్చే క్యారేజీ తింటూ కాలక్షేపం చేస్తున్నాను. ఈ రోజు కూడా నా వ్యాపకం షరా మామూలే.

వర్షం బయట జోరుగా కురుస్తున్నది. లేచి వాచీ చూసాను. దాదాపు ఎనిమిది గంటలు కావస్తున్నది, రాత్రి భాగం. వీధి దీపాలు వెలగటం లేదనుకుంటాను. బయట చీకటిగా ఉంది. వీధి తలుపు తీసాను. విసురుగా గాలి. వానజల్లు. ముఖాన్ని తాకాయి. తలుపులు మూసివేసి లోపలకు వచ్చి ఈవినింగ్ రాగాస్ టేపు రికార్డర్లో ఉంచి, తిలక్ ను చేతిలోకి తీసుకొని మంచంపై నడుం వాల్చాను. కుర్రాడు క్యారేజీ తేలేదు. వర్షానికి వస్తాడో, రాడో. రికార్డ్ ల్లోంచి సంగీతం సన్నగా వినిపిస్తున్నది. చేతిలో తిలక్ కవిత్వం. ఏదో చెప్పలేని భావాలను రగిలిస్తున్నాయి.

మసగ్గా వున్న విద్యుద్దీపాల కాంతిలో ఒక్కణ్ణి. ఒక్క నిమిషం ఆగి తెరలు తెరల్లాగా వీచే గాలిలోంచి ఎవరిదో ఏదో మధురాతి మధుర విషాదగానం నేరుగా వచ్చి గుండెల్లోకి గుచ్చుకుంటోంది.

టక్... టక్... టక్.. తలుపు ఎవరో కొడుతున్న శబ్దం.

ఇంత రాత్రప్పుడు ఇంతటి వర్షంలో వచ్చింది ఎవరబ్బా అని ఆలోచిస్తూ "వస్తున్నా" అని మంచంపై నుంచి లేచాను.

తలుపుకున్న గడియతీసాను. తలుపు నేను తెరవకుండానే గాలి, వర్షపు జల్లుతో పాటు ఎవరో అపరిచిత వ్యక్తి, నీరు కారుతూ, ఆదరాబాదరగా లోపలకు దూసుకువచ్చి, తనంతట తానే తలుపు గడియవేసి, తుడుచుకోవటానికి, మార్చుకోవటానికి ఏమైనా పొడి దుస్తులుంటే ఇవ్వగలరా? అన్నాడు.

అతని గొంతులో ఇదీ అని చెప్పలేని ఆజ్ఞ, విన్నపం కలిసి ఉండటం వలన నేను వెంటనే పొడి దుస్తులు తెచ్చి ఇచ్చాను.

అతను దుస్తులు మార్చుకుంటుంటే చూసాను. అతను నడుముకు కట్టుకున్న బెల్టుకు చిన్నసైజు పిస్తొలు ఉండటం వలన ఒక్కక్షణం భయం, నా శరీరం అంతా ఆవహించింది. అయినా ఏం చేయగలను. తెగించిన వాడికి అదేదో ఆధారం అన్నట్టు చూద్దాం, ఏం జరుగుతుందో?

దుస్తులు మార్చుకుని, వంగి కాళ్ళకున్న బూట్లు విప్పుతుంటే రక్తం, నీరు కలిసి గదిలో నేలమీద పడ్డాయి.

రక్తం. వేలికి గాయం. నా మనసులో భయం రెట్టింపు అయింది. నాకెవరూ సహాయం లేరు. నేనుంటున్న ఇల్లు కూడా ఊరికి కాస్త దూరంగా ఉంటుంది. నాకున్న దరిద్రపు గొట్టు భావుకత భావాలతో సరుగు తోటకు ప్రక్కగా, ఏకాంతంగా ఉన్న ఈ ఇంటిని ఎన్నుకున్నాను. ఇప్పుడీ తద్దినం వచ్చిపడింది. బ్రతికి బయటపడితే, రేపే ఇల్లు మార్చి వేయాలి. కుర్రాడు ఒకడిని నాకు తోడూ ఉంచుకోవాలి.

"ఏంటి ఆలోచిస్తున్నావు?" అతని ప్రశ్న.

ఏకవచన సంబోధన నాకు కోపాన్ని తెప్పించింది. ఇది గమనించనట్టుగా నన్ను గుర్తుపట్టలేదన్నమాట. అతని మాటల్లో, ముఖంలో చిలిపితనం, అంత బాధలోనూ.

అతణ్ణి పరీక్షగా చూసాను. వత్తుగా పెరిగిన గెడ్డం, మాసిన దుస్తులు, తైల సంస్కారం లేక చిందరవందరగానున్న జుత్తు. లోతైన కళ్ళు. కళ్ళలోని తీక్షణత. ఇతనిని ఎక్కడో చూసిన గుర్తు. ఎవరో చిరపరిచితమైన వ్యక్తి. కాని గుర్తుకు రావటం లేదు.

"ఎవరు?"

"నేను సదానందాన్ని నీ బాల్య మిత్రుడను. ఇంటర్ తరువాత విడిపోయాం కదా! గుర్తుకు వచ్చిందా? గోదావరి ఒడ్డున కూర్చొని, ఆకాశం నిండా మబ్బులు కమ్మిన వేళ, దూరంగా

బ్రిడ్జిపై నుంచి రైలు కూసే కూత వింటూ, తిలకు, బుచ్చిబాబును చదువుకునే వాళ్ళం. వర్షపు జల్లులో తడుస్తూ, కాల్చిన వేడివేడి జొన్నపొత్తులను తింటూ, శ్రీశ్రీని చదువుకున్నాం. గుర్తుకు వచ్చానా? ఆ సదానే, ఈసదానే, నీ సదాను".

నాకు నోట మాట రాలేదు.

అతను మంచంపైన కూర్చొని, కాలికి తగిలిన గాయాన్ని తుడుచుకుంటున్నాడు. "కాస్త వేడినీరు తెచ్చి పెట్టగలవా?". నేను అసంకల్పితంగా లోపలకు నడిచాను.

నాతో తిరిగిన సదా ఇతను కాదు. కాని మనసు ఇతను చెప్పే తీపి గుర్తుల వలన సదా అని నమ్మాల్సి వస్తోంది. నా మనసును పెనవేసుకున్న సదా, నాకు పరీక్ష ఫీజులు కట్టిన సదా, బాగా సంపన్నుడైన తండ్రి చేత చీవాట్లు తిని, అంటరాని వాడినని, నాతో తిరగవద్దని హెచ్చరించిన తండ్రిని కులాలు, మతాలు, ఆచారాలు మనం సృష్టించుకున్నవి, ఉన్నవాడు, లేనివాడు, దిగువ వర్గం, ఎగువ వర్గం అనేవి లేవని ఆవేశంగా వాదించి తన్నులు తిన్న నా సదానందం, చిన్నతనం నుంచి వర్గ పోరాటం నా లక్ష్యమని, ఇంటర్లో ఆర్థిక వ్యాసాన్ని, గ్రంథాలయంలో దొరకిన దాసకాపిటల్ను, హెగల్ను, మార్కున్న ఔపోసన పట్టిన నా సదానందం, ఈ ఆకారంలో, ఇక్కడ, ఈ సమయంలో.

'వేడినీరు తేవటానికి ఇంతసేపా? అతని పిలుపుతో ఈ లోకంలోకి వచ్చాను. 'వస్తున్నా' అని గిన్నెను తువాలుతో పట్టుకొని తెచ్చి టీపాయ్ మీద పెట్టాను. అతను తన బేగ్ లో ఉన్న చిన్న కత్తిని, చిన్న బాటిల్లో పెట్రోలును తీసాడు. బాటిల్లో ఉన్న పెట్రోలును కత్తిపై వేసి, అగ్గిపుల్లతో వెలిగించాడు. భగ్గుమని మండి కొంతసేపటికి ఆరిపోయింది. ఆ కత్తిని వేడినీటిలో ముంచి శుభ్రం చేసి తన కాలికి తగిలిన గాయం వద్ద రంధ్రం చేసుకున్నాడు. రక్తం బుసబుసమని పొంగి బయటకు వచ్చింది. నేనెన్నడూ రక్తం చూడలేదు. గుండె ఆగినంత పనయింది. చేష్టలుడిగిన వాడిలా చూస్తూ ఉండి పోయాను. నిస్త్రాణగా మంచం పై వాలిపోయాను.

పావుగంట తరువాత అతను శుభ్రంగా కట్టును కట్టుకొని రిలాక్స్డ గా మంచంపై వాలిపోయాడు.

కొద్ది క్షణాలు మా మధ్య మౌనం. వర్షం జోరుగా కురుస్తున్నది. సమయం ఎంతయిందో లేచి చూసాను. పదకొండు. అంటే దాదాపు మూడు గంటలు సమయం. అతను నీరు కావాలి అన్నట్టుగాసంజ్ఞ చేసాడు. నీరు, ఫ్లాస్క్ లో నున్న వేడిపాలు తెచ్చి అతనికి ఇచ్చాను. అతను నావైపు కృతజ్ఞతా పూర్వకంగా చూసి గ్లాసులను అందుకొని త్రాగాడు.

నేను మెల్లగా మామూలు మనిషిని అయ్యాను. అతను నా మిత్రుడు. అతని వలన ప్రాణభయం లేదు. నాలో మామూలు మనిషి ప్రశ్నలను లేవనెత్తుతున్నాడు. అతనెందుకు ఇలా వచ్చాడు? అతను చేస్తున్న పనేమిటి? ఆ గాయమేమిటి?

మనిషికి తన ప్రాణం పోతుందంటే ఎటువంటి అబద్ధమైనా, ఎంతటి కృత్యమైనా చేసి ప్రాణాలను దక్కించుకోవాలనుకుంటాడు. అదే మనిషి తన ప్రాణాలకు ఎటువంటి హాని కలుగదని తెలుసుకొంటే ఎదుటివాడి బలహీనతలను, అంతరంగిక విషయాలను, రహస్యాలను శోధించటానికి ఉత్సాహం ప్రదర్శిస్తాడు.

నేను, అతను ప్రక్కప్రక్కన కూర్చున్నాం. మేమిద్దరం మిత్రులం ఒకప్పుడు. ఇప్పుడు మాత్రం దాదాపుగా అపరిచితులం. బహుశా పరిస్థితులూ, సిద్ధాంతాలు మా మధ్య వేరు కావచ్చు. లేదా అతని వర్తమానపు స్థితి కావచ్చు. ఏది ఏమైనా మా మధ్య మాకు తెలియని అగాథం మాత్రం ఉంది. కాని, నా సందేహాలను మాత్రం తీర్చుకోదలచుకొన్నాను.

"చెప్పు. ఈ వేషం, అవతారం, ఏమిటిదంతా? నీవేదో ఐ.ఎ.ఎస్., ఐ.పి.ఎస్., అవుతావని, దేశాన్ని ఉద్ధరిస్తావని మేమంతా ఆ రోజుల్లో అనుకునేవాళ్ళం. కారణం నీ తెలివితేటలు, పరీక్షల్లో నీవు సంపాదించుకొనే మార్కులు,.కాదంటావా? కాని నిన్ను చూస్తుంటే నాకెందుకో భయంగా ఉంది. ఒక స్నేహితుడిగా నాకు చెప్పగలవా?" అన్నాను నేను.

అతను రిలాక్స్డ్ గా కూర్చొని "ఏం చెప్పమంటావు? సిద్ధాంతాల కోసం సమాజానికి దూరంగా గడుపుతున్న బ్రతుకు వైనం చెప్పనా? క్షణం, క్షణం భయం, భయం. మా బ్రతుకొక పద్మవ్యూహం. వెళ్ళటమే తప్ప రావటం తెలియని చీకటి గుహ్వారం. వెళ్ళటం ప్రాణాలతో, రావటం శవంగా. ఏమని చెప్పను, ఎంతని చెప్పను..."

"మనం అసలు విషయం కాక దారి తప్పినట్టుగా ఉన్నాం."

"దారి ఏనాడో తప్పాను. నీకు అన్నలు గురించి తెలుసా?"

"తెలుసు. వారి ఉద్యమ ప్రభావాలు, ప్రభుత్వం తీసుకుంటున్న చర్యలు. పోలీసులు, మీ మధ్య నలుగుతున్న సామాన్య ప్రజలు. అన్నీ పత్రికలలో పతాక శీర్షికలలో చూస్తూనే ఉంటున్నాను. వింటూనే ఉన్నాను".

"డర్టీ మీడియా. వాటికి మా శవాల కథలు కావాలి కాని, మా బ్రతుకు వ్యధలు అనవసరం. మా లక్ష్యాలు, సిద్ధాంతాలను వక్రంగా చిత్రిస్తున్నారు".

నేను మధ్యలోనే అందుకున్నాను. "సరే వాటిని ప్రక్కన పెడదాం. నీవెందుకు ఆ పథంలోకి మారాలనుకున్నావు. మీ వంశం, కుటుంబం, పరిస్థితులు, ఏవీ కూడా నీకు వ్యతిరేకంగా కాని, నిన్ను హింసించేవి కాని కాదే. సమాజంలో మీ కులం గొప్ప హోదాలో ఉంది కదా!"

అతను కళ్ళు మూసుకొని చెప్పడం ప్రారంభించాడు.

ఇంతలో తలుపుకొట్టిన శబ్దం. అతను గాబరా గాబరాగా బాత్రూంలోకి పరుగు తీసాడు. నేను వెళ్ళి తలుపు తీసాను. ఎదురుగా క్యారేజితో కుర్రాడు. "వర్షం వల్ల ఆలస్యం అయింది. అన్నీ వేడిగానే ఉన్నాయి. రాత్రికి ఇక్కడ పడుకొమంటారా, మీకు తోడుగా?".

"వద్దులే నీవు వెళ్ళిపో".

అతను వెళ్ళిపోయాడు. నేను తలుపులు మూసాను.

ఒక నిమిషం తరువాత అతను వచ్చి మంచంపైన వాలిపోయాడు. "భయం, అన్నా! మనకీ బతుకొక, పన్నిన పద్మవ్యూహం" మహాకవి వాక్కులు గుర్తుకు వచ్చాయి.

నిరంతర భయాల మధ్య మనిషి పొందే అభివృద్ధి ఏమిటి? సాధించే ప్రగతి ఏమిటి? భయాలతో కూడిన ప్రగతి శాశ్వతాన్ని కలిగిఉంటుందా? మరెందుకీ ఉద్యమాలు.

అతను చెప్పటానికి ఉపక్రమించాడు.

"గతి తార్కిక భౌతిక వాదాన్ని, మానవ సమాజం చరిత్రకు మార్క్స్ అన్వయించి చూసాడు. మానవ సమాజ పురోగతికి మూలప్రేరణ హెగెల్ పేర్కొన్న భావం, మనస్సు చైతన్యం వైరాలేవీ కావని, కేవలం వస్తూత్పత్తి శక్తుల మధ్య అనివార్యంగా సంభవించే సంఘర్షణేనని కనుగొన్నాడు. చరిత్రను అందినంత వెనకటి వరకు వెళ్ళి చూస్తే మానవ సమాజం ఎల్లప్పుడూ రెండు పరస్పర విరుద్ధ వర్గాలుగా చీలిపోయి ఉంది. ఒకటి దోపిడీ చేసే వర్గం, మరొకటి దోపిడీ చేయబడే వర్గం. వస్తూత్పత్తి, ఆర్థికాభివృద్ధి ఈ రెండు శక్తుల మధ్యనే జరుగుతుంది. కనుక వీటి మధ్య పోరాటం అనివార్యం"

"అంటే వర్గపోరాటాల వలన సమసమాజం ఏర్పడుతుందని మీ ఉద్దేశ్యం."

"వర్గాలంటే మా ఉద్దేశ్యంలో ఉన్నవాడు లేనివాడిని దోచుకుంటున్నాడు. ఈ అన్యాయాన్ని అరికట్టాలి. చట్టాలు, కోర్టులు, అధికారులు సహితం ఉన్న వాడిని ట్రీట్ చేసిన విధంగా లేనివాడిని ట్రీట్ చేయవు. కాని మరలా ఆధారపడేది లేనివాడిపైనే. శ్రమ ఒకరిది, సుఖం మరొకరిది. ఇక్కడ క్లుప్తంగా చెప్పాలంటే ఆర్థికమైన కట్టడమే అన్నిటికి ప్రాతిపదిక. సగటు మనిషి జీవన విధానం, మనుగడ ఈనాడు ఏ స్థాయిలో ఉన్నాయి. ఈ భేదాలు పోవాలి, సమసమాజం నిర్మించాలి".

"బాగుంది నీ వాదన. కాని ఈ నేపథ్యంలో ఒక్క విషయం మరచిపోతున్నావు. మానవుల మనుగడ, సాంఘిక జీవన విధానం అంటే ఏమిటి? మానవులు జీవించడానికి ఆహారం, నివాసం, దుస్తులు మొదలైన కొన్ని ప్రాథమిక అవసరాలున్నాయి. వాటిని ఏ ముడి వస్తువులలో, ఏ సాంకేతిక పద్ధతిలో అంటే ఏ యంత్రాలలో, ఏ రకమైన శ్రామిక శక్తితో ఉత్పత్తి చేస్తారో అవి అవే ఉత్పత్తి అయిన శక్తులు. ఇవి రెండు రకాలు. ఉద్యమం నడుపుతున్న వాడివి. వీటి గురించిన మరింత వివరణ నీకనవసరం అనుకుంటాను. కాని ఒక్క విషయం. ఉత్పత్తి శక్తుల స్థాయిని బట్టి సంబంధాలుంటాయి. చిన్న ఆఫీసయినా, పెద్ద ఖార్కానా అయినా అది భూస్వామ్య వ్యవస్థ కాలానికి, జౌళిమిల్లు పెట్టుబడిదారీ వ్యవస్థకు చెందినది. ఒక సమాజం భూస్వామ్య వ్యవస్థలో వుందా? మరో విధానంలో ఉందా అనేదాన్ని బట్టి, అంటే ఆర్థిక వ్యవస్థ పునాదిపై తక్కిన సమాజ జీవిత విధానమంతా ఆధారపడి వుంటుంది. మీరు మూలసూత్రాన్ని వదలి ఇంక దేనికోసం వెదుకుతున్నట్టుగా

ఉంది' అన్నాను నేను కాస్త ఆవేశంగా.

"నీ విశ్లేషణ బాగుంది. నాకు అప్పుడప్పుడు అనిపిస్తుంది, మనం దారి తప్పి పయనిస్తున్నామేమో అని. కాని మా సిద్ధాంతాలు, నిర్ణయాలు మాకెప్పుడు ఖచ్చితంగానే తోస్తాయి. వాస్తవాలనే అనుకుంటున్నాము"

"ఎందుకు అలా అనిపిస్తుందో చెప్పనా! మీరు నమ్ముతున్న విధానాలు, ఆచరిస్తున్న పద్ధతులు ప్రజల దృష్టిలో ఆటవిక న్యాయాలు. కోపగించుకోకు. మరో ముఖ్య విషయం చెప్పనా! మీ మార్క్స్ చెప్పిన వాటిని తప్పుగా అవగాహన చేసుకున్నారు. ఆగు. మధ్యలో అడ్డురాకు. నేను చెబుతాను. సమాజాన్ని ఎకనామిక్ స్ట్రక్చర్ అనేది నిర్ణయిస్తుంది అనేది మీ ప్రధాన సిద్ధాంతంగా అనుకొంటే, అది తప్పు అంటాను. ఎలా అంటావా? మొత్తంగా ప్రతిదాన్ని మత విశ్వాసాలు, తత్వశాస్త్రం, కళలు, న్యాయ శాసనాలు, రాజకీయ వ్యవస్థ అన్నిటిని ఆర్థిక ఉత్పత్తి సంబంధాల దృష్టి నుంచి చూడటం తప్పు. ఉదాహరణకు ఒక వ్యక్తి ఏ వర్గం వాడైతే ఆ వర్గం స్వభావం కలిగి ఉంటాడా? అలాగయితే బూర్జువా వర్గ వినాశనాన్ని కోరుకొని, దానికోసం జీవితమంతా ధారపోసి పోరాడిన మార్క్స్, ఎంగెల్స్, మరెందరో మహామహులు కార్మిక వర్గం వారు కారే? బూర్జువా వర్గం నుంచి, ఇతర ఉన్నత వర్గాల నుంచి వచ్చినవారే!"

"మొత్తానికి ఉపాధ్యాయుడవని అనిపించుకున్నావు. ఆకలేస్తోంది. కాస్త ఆ క్యారేజి ఇలా పట్రా"

దూరంగా గాలిహోరు వినిపిస్తున్నది. మౌనంగానే భోజనాలు ముగించాం. ఎక్కడివక్కడే వదిలేసి మంచంపైన నడుం వాల్చాము, ఇద్దరం ఒకే మంచం పైన. ఏదో చిత్రమైన భావన. చిన్నతనంలో పదవతరగతి చదువుతున్నప్పుడు, ఒకే కంచంలో తిని ఒకే మంచం పైన ఒకరిపైన మరొకరం కాళ్ళు వేసుకొని, పెనవేసుకొని, జీవితమంటే ఇంతే అనుకున్నాం. కాని జీవితం ఎంత చిత్రమయినది. దారులు, గమ్యాలు, లక్ష్యాలను ఇంత కర్కశంగా నిర్దేశించగల దమ్ము ఒక్క కాలానికి మాత్రమే ఉందనిపిస్తుంది. ఇందుకు ఉదాహరణ మేమిద్దరిమే!

ఆ రోజుల్ని తలచుకున్నప్పుడల్లా, ఆనందంలాంటి విచారం కలుగుతుంది.

నోటి హేమంత విథిల పత్రాల మధ్య నిలచి

నేటి వసంత సమీర ప్రసారాల తలచి

ఇంతేగదా జీవితం అన్న చింత... తిలక్ కవిత నాకు గుర్తుకు వచ్చింది. దీపం ఆర్పివేసాను. చీకటి. దూరంగా ఆకాశంలో ఆగి, ఆగి మెరుపులు. ఆ వెలుగు గదిలో ఏటవాలుగా కాంతివంతంగా పడుతున్నది. మనిషి జీవితంలో ఎప్పుడో వచ్చే సుఖాలు లాగా, అవి పంచే ఆనందపు వెలుగు లాగాను.

అతను మూలుగుతున్నాడు. బహుశా నొప్పి చేత అయి ఉంటుంది. “అనవసరంగా సంభాషించి నిన్ను బాధ పెట్టానా? క్షమించు. ఏదో నాకున్న ఆవేశంతో,మిత్రుడివి కదా అని" గల్బీనెస్ తో నేనిచ్చిన సమాధానం.

అతను నవ్విన శబ్దం. “నీవు చెప్పిన కోణం క్రొత్తగా ఉంది. ఇంతకాలం నన్నెందరో ఎన్నో విధాలుగా అడిగారు. సమాజాన్ని వదలి అడవులలో తిరుగుతూ, ప్రభుత్వ ఆస్తులు నాశనం చేస్తూ, అమాయకులను హింసిస్తూ, చంపుతూ ఉండటం వలన అసలు మీ సిద్ధాంతం హింస అనే అర్థం ప్రజలకు కలుగుతున్నదని. అఫ్ కోర్స్. ఇది కూడా ఒక వాదనే. మరోవాదం ఈ మధ్య కాలంలో బలహీనమవుతున్న ఉద్యమం, లొంగిపోతున్న నాయకులు, జనంలో తగ్గుతున్న గ్లామర్, తరుగుతున్న ఆర్థిక వనరులు, బ్రతుకు తీపి, నిరాశ నిస్పృహలు ఇవి కూడా ఉద్యమంపై ప్రభావం చూపుతున్నాయి. అయితే వీటన్నింటికి మించిన మరో కొత్త వాదన, కోణం. ఈ రోజు నీ దగ్గర
నుంచి తెలుసుకున్నాను. ఇందుకు కృతజ్ఞతలు తెలియజేయాలి.”

“మరికొన్ని విషయాలు చెప్పాలి. వినగలవా?” నాలో ఉత్సాహాన్ని గమనించి 'సరే' అన్నాడు. “ వర్గాల మధ్య పోలిక అంత సమంజసం కాదేమో అనిపిస్తుంది. అభివృద్ధికి, అవగాహనకి, మేధాపరమైన వికాసానికి పోల్చి చూడటం అత్యావశ్యకమని మీరు అనుకుంటారు. ఒక చిత్రంలో మరొక చిత్రాన్ని పోల్చి చూస్తున్నప్పుడు ఏ ఒక్కదాన్ని మీరు సరిగ్గా చూడటం లేదు. పోల్చడం లేనప్పుడు ఒక్కదాని వంకే మీరు చూడగలుగుతారు. లోటుపాట్లు తెలుస్తాయి. అభివృద్ధికి అవకాశం ఉంటుంది. వనరులు సమీకరించుకోవచ్చు. వద్దన్నా, జనాలు మీ వెంట నిలబడతారు. ముఖ్యంగా మీ గురించి, మీ ఉద్యమం గురించి ప్రశ్నించుకొని శోధించండి. మీరు ఏదో వెతుకుతున్నారు. మీ జీవితంలో అంతర్గతంగా మీకేదో లోటుగా అనిపిస్తోంది. ఇందుకు కారణమేమిటంటే మనలో లోపం. కుటుంబం మీద, సమాజం మీద, సంస్కృతి మీద, అసలు మనమీద మనకే విపరీతమైన అసంతృప్తి వుంది. మనల్ని ధ్వంసం చేస్తున్న, పతనం చేస్తున్న, నమిలివేస్తున్న ఈ అసంతృప్తిని తృప్తి పరచాలనీ, దానిని మించి ఆవలిగా పోవాలని కోరుకోవడంలో జరుగుతున్న, జరుపుతున్న ఆటవిక క్రియలను మీరు ఒక్కసారి పునఃపరిశీలన చేసుకోండి. అయితే ఈ రకమైన ప్రశ్నలు, సమీక్షలు కాని మీరు చేసుకోరు. కనీసం అందుకు ప్రయత్నించరు. మీకు కావలసింది ఏమిటో మీకిప్పుడు స్పష్టంగా తెలియదు. పగ, ప్రతీకారం అనే రెండు అంశాలు మీదనే ప్రస్తుత ప్రయాణం. ఇది ఏమంత మంచి గమ్యమో నిర్దేశించుకోవలసిది మీరే!

చివరిగా ఒక్క మాట....

మనుష్యుల ప్రేమను పొందలేని ఏ ఉద్యమమైనా కలకాలం సాగదు. ఇది చరిత్ర చెప్పిన నగ్న సత్యం. ప్రేమ లేనప్పుడు దానిని మీరు పొందలేనప్పుడు, సాధించలేనప్పుడు ఈ

అడవుల వెంట అగమ్యగోచరమైన ప్రయాణాలు, భయపూరిత బ్రతుకుబాట, పోరాట పంథాలు, మీరు గిరి గీసుకున్న సిద్ధాంతపరమైన వృత్తాలు, చివరకు మీరు ఎంచుకున్న లక్ష్యాలు మిమ్మల్నే భయపెడతాయి. ఒక్క క్షణం వెనక్కు తిరిగి ఆలోచించండి. ప్రేమ లేనప్పుడు మీరు ఏం చేసినా సరే సంస్కరణలు చేయండి. ఒక కొత్త సాంఘిక క్రమాన్ని తీసుకురండి. సైద్ధాంతికమైన అభ్యుదయాన్ని గురించి అంతులేకుండా మాట్లాడండి. పోరాడండి. అదంతే బాధలకే మార్గమని మాత్రం మరువకండి" ఆగాను. అతని వైపు తిరిగాను. శ్వాస వేగంగా కొట్టుకొంటున్నది. గాబరాగా లైట్ వేసాను. మంచి నిద్రలో ఉన్నాడు. హమ్మయ్య అనుకున్నాను.

ఇంతకీ ఇపుడు నేను చెప్పినదంతా అతను విన్నాడా లేదా? ఏమో? చీకటిలో మాటలు, నీటి మీద రాతలు. ఎవరికి చేరుతాయి? ఆలోచనల మధ్య నిద్రపోయాను.

తెల్లారి లేచి చూసేసరికి, నా ప్రక్కన పేపర్ వెయిట్ క్రింద ఒక కాగితం, దానిపై ఎర్రని సిరాతో చిందరవందరగా "నా... మిత్రమా..

రాత్రి నీ ఆతిధ్యం, ఆదరణ, నీ మాటలు నాకో క్రొత్త దారిని చూపాయి. కాని, నేను చేస్తున్నది పులిమీద సవారీ. ఎక్కడమే తప్ప దిగటం ఉండదు. దిగామా నలుగురు మోసుకుపోవటమే. అంటే మరణం. నీకో విషయంచెప్పనా?

మనం పదవ తరగతి చదువుకొనే రోజులలో మీ అమ్మమ్మ పిల్లలను తిన్న పాములు, పులులు గురించి చెబితే ఆశ్చర్యంగా విని పో అమ్మమ్మా, నీవన్ని చాదస్తం మాటలు అని కొట్టి పారేసాం. కాని అది వాస్తవంరా. నేను రాత్రి ఎవరు తరమగా, ఎవరి తుపాకీ దెబ్బకు బాధా అసంకల్పితంగా, దైవలీలగా, దైవం అంటున్నావని నవ్వుకోకు, నీ ఇంటికి వచ్చానో తెలుసా! నా వారే. నన్ను వాడుకున్న వారే. నా వర్గం వారే. ఆశ్చర్యపోకు. ఇంకా చాలా ఉంది.

కాని రాసే ఓపిక, సమయం లేవు. చీకట్లో సంచరించే మనుషులు చీకట్లోనే కలిసిపోలేరు. చీకటి రాతలుగా ఎవరికి తెలియకుండానే కాలగర్భంలో కలసిపోతారు.

ఎప్పుడో, ఎక్కడో నేను చదువుకున్న జిడ్డు కృష్ణమూర్తి వ్యాఖ్య ఒకటి గుర్తుకు వస్తున్నది. "పాత స్వప్నం ఒకటి మరణించింది. మరో కొత్తది జన్మిస్తున్నది. ఒక నూతన దర్శనం ఆవిర్భవిస్తున్నది. ఒక కొత్త చేతన వికసిస్తున్నది.

నేను ఏడ్చాను. కాని మరెవ్వరూ శోకించకూడదని నేను కోరుకుంటున్నాను..." కాలవేదన ఉచ్చులో చిక్కి, ఎదుగు ఎదుగు అన్న లోలోని ఒత్తిడికి అవిటినై, సంపూర్ణత నీవు అయిన ఓ ప్రియతమా!

నీతో ఒక శకలమైన నేను వెలుగు వినే మహాదానం దానికి దారి కోసం వెతుకుతున్నా. ఆ దారి జీవం కావచ్చు. మరణం కావచ్చు. కాని నా మరణం గురించి తెలిసినప్పుడు మాత్రం, నీ అమూల్యమైన ఓ వెచ్చటి కన్నీటి బొట్టును నా కోసం, నా.. కో...సం...వృధా

అనుకోకుండా విడువగలవా? ఇదే నీ మిత్రుని ఆఖరి కోరిక కావచ్చు, కాకపోవచ్చు. ఉంటాను. నీ మిత్రుడు..

ఓ వెచ్చని కన్నీటి బొట్టు జారి ఉత్తరంపైన పడింది.

గొంగళి పురుగు

రిక్షా పల్లంలోకి హుషారుగా పరిగెడుతుంది. సుఖాలప్పుడు మనిషి జీవితంలాగానే రిక్షావాడు హుషారుగా తొక్కుతున్నాడు.

"ఏవోయ్... ఎలా ఉన్నాయి బేరాలు" అడిగాను.

"ఫర్వాలేదు బాబయ్యా. పండగ ఇరిగే వరకు బాగానే ఉంటాయి. అయినా ఏం సంపాదన బాబయ్యా? ఏ రోజు కూలీ ఆ రోజుకే సరి. ఇంటిది సీర కొనమని పోరు పెడతా వుంటే కొనిపెట్టలేక పోయాను. భగవంతుడు గొప్పవాడు బాబయ్యా. మాకు పిల్లలనివ్వలేదు".

ఎరక్కపోయి వీడిని కదిపి ఇరుకున పడినట్టుంది నా పరిస్థితి. అసంకల్పితంగా 'ఊ' అన్నాను. నా ఆలోచనలు నావి....

నా భార్య ఉదయాన్నే నిద్ర లేపి, "ఏమండీ! ఈరోజుకు పంచదార లేదండి. పొయ్యిలోకి బొగ్గులు లేవు. చంటాడికి పాలడబ్బా అయిపోయి రెండు రోజులవుతుంది. మీ యిష్టం" తన పాత్రను ముగించి వంట గదిలోనికి వెళ్ళిపోయింది.

చిన్నప్పుడు నేనెంతో ఇష్టంగా చదువుకున్న తిలక్ కవిత " పంచదార లేదు.... పాలడబ్బా లేదు... బొగ్గులు లేవు... రాత్రికి రగ్గుల్లేవు..." నాకెందుకో గుర్తుకు వచ్చింది.

నెల చివర్లో ఉన్న తన వంటి వారికి, ఈ భార్యలు ఇంతటి బాధ్యతలను ఎందుకు నెత్తిన వేస్తారో అర్థం కాదు. ఆ పడే బాధేదో తనే పడవచ్చు కదా! ఛీ! ఈ భార్యలకు అసలు బుద్ధి లేదు. గోల్డెన్ ఏజ్, సిల్వర్ ఏజ్, కాపర్ ఏజ్, పాపర్ ఏజ్.

నెలలో మొదటివారం గోల్డెన్ ఏజ్. చేతిలో లక్ష్మీదేవి కిలకిలలు, కాసుల గలగలలు. ముఖంలో ఆనందపు రేఖలు. జేబులో కొత్త నోట్ల ఫెళఫెళలు. చేతిలో పూల రేకులు, మనవడికి పూతరేకులు.

రెండవ వారం సిల్వర్ ఏజ్. రంగుమాసిన, సగం చచ్చిన కలలు. వాస్తవంలో నీ ఆలోచనలు. అప్పుల కోసం జాబితాలు. తీర్చవలసిన బాకీదారులు చిరాకులు, భార్యా పిల్లల పరాకులు.

మూడవవారం కాపర్ ఏజ్. అమ్మో! దినం దినం, క్షణం, క్షణం. భయం, భయం. పాలవాడు తిడుతూ పోసే నీళ్ళ పాలు. భార్య చెప్పే పచారీ సామానుల పద్దులు. కొడుకు ఇంటర్వ్యూ ఖర్చు. కోడలికి పోషకాహారం. మరి తనకో వారసుడిని, సారీ రెండవ వారసుడ్ని ఇవ్వబోతుంది కదా! అయినా ఈ కోడళ్ళకు పనేమీ ఉండదు కామోసు. ఇలా వరుసగా

పిల్లలను కనటమేనా? ఛీ,ఛీ. అయినా తనకు బుద్ధి లేదు. ఉద్యోగం, సద్యోగం లేని కొడుక్కి ఎందుకు పెళ్ళి చేయాలి. వాడికి మరేమీ పని లేక, ఇదిగో ఇలా.

నాలుగవ వారం పాపర్ ఏజ్. ముష్టి వారం. ఇదిగో ఇలా రోడ్డున పడి ముష్టికోసం ప్రయత్నం. రిక్షా హఠాత్తుగా ఆగింది. బ్రేకులు .వేసినట్టున్నాడు. ముందుకు తూలి పడబోయి, కర్రను పట్టుకొని ఆగాను.

“ఏంవోయ్ చావాలని ఉందా?” ముందుకు దూసుకుపోతున్న లారీవాని కేకలు.

“ఎందుకలా చేసావు?” అడిగాను రిక్షావాడిని.

“ఏం లేదు బాబయ్యా, ఏదో ఆలోసిస్తన్నాను”.

“నీవు ఎప్పుడయినా బాధపడ్డావా అబ్బీ". ఈ ప్రశ్న ఎందుకు వేసానో నాకే తెలియదు.

"ఏటి బాబయ్య, మేం బాధపడమనా? లేక మేము మనుసులం కావా? మాకు బాధలుండవా?” అతడి మాటల్లో ఇదీ అని చెప్పలేని కఠినత్వం, వెంటనే సర్దుకుపోవడం. “అబ్బే అలా అని కాదు, సుమారు పది సంత్సరాలుగా నీ రిక్షా, నీవు తెలుసు. ఎప్పుడు చూసినా ఆనందంగా, సంతోషంగా కనిపిస్తున్నావు. నీ సంపాదనా, సంసారం ఇవి నిన్ను బాధించడం లేదా?”

“అదా బాబయ్య. రిక్షా త్రొక్కిన కొత్తలో బాధుండేది. సాలీసాలని డబ్బులు. ఇంటిదాన్ని సుఖపెట్టలేక పోతున్నాననే ఇచారం. కానీ బాబయ్య, మా వంటి వానికి ఎంత సంపాదనున్నా ఒకటే, నేకపోయినా ఒకటే! ఏ రోజుకారోజు సంపాదించుకోవటం, రాత్రికి మజా సేసుకోవటం, ఇంటిదాని పక్కలో తొంగోటం, బస్. రేపు మళ్ళా మామూలే. ఇదెంతో సుఖంగా కూడా వుందయ్య. సరేగాని బాబయ్య, తమరు మళ్ళీ మంత్రిబాబు దగ్గరకేనా? ఊర్లోనే ఉన్నారట బాబు. కలవొచ్చు”.

ఛీ, ఛీ. వీడికెందుకు నా విషయం. నేనెక్కడికి వెడితే వీడికెందుకు? బుద్ధి లేదు. 'ప్రైవసీ' తెలియని బికారి వెధవ. ఏం చేస్తాం?

“ఆ! మంత్రి నాకు స్నేహితుడు కదా! ఏదో సలహా ఇవ్వాలిట. కారు పంపుతానన్నాడు. నేనే వద్దన్నాను. ఇదిగో, ఇలా నీ రిక్షాలో వెడితే అదో ఆనందం. వాడికి మొదటి నుంచీ నేనంటే చాలా ఇష్టం. వాళ్ళ నాన్న, మా నాన్న రాజమండ్రిలో ఒకే దగ్గర ఇరవై సంవత్సరాలు పనిచేసారు. మేమిద్దరం కూడా అక్కడే చదువుకున్నాం. వాళ్ళ నాన్న లంచాలు బాగా మేసి, మేడల మీద మేడలు కట్టాడు. డబ్బు కోట్లు, కోట్లు గడించాడు. అంతా నల్ల డబ్బు. పాపిష్టి డబ్బు. దానిని ఖర్చు చేసి మావాడు, అదే నా మిత్రుడు మంత్రి అయ్యాడు. మా నాన్న నిజాయితీగా బ్రతికాడు. మంచి పేరు సంపాదించుకున్నాడు. నీకు తెలుసు కదా ఇప్పటికీ మా కుటుంబం గురించి ఎంత గొప్పగా చెప్పుకుంటారో” వాడేమీ మాట్లాడలేదు. ఇద్దరి మధ్యా నిశ్శబ్దం.

ఎందుకు చెప్పాను వాడికిదంతా? వాడేమీ నన్ను అడగలేదు కదా! అప్పు కోసం అడుగుతున్నానని వీడికి తెలిసిందా ఏమిటి? ఎందుకంటే, మంత్రిగారింటికేనా అని ఎందుకు అడుగుతాడు? లాభం లేదు. వీడిని మార్చేయాలి. ఏదో తన వీధిలోనే ఉంటున్నాడు, పది సంవత్సరాలుగా తెలుసు కదా అనుకుంటే, వీడికి నా విషయాలన్నీ కావలసి వస్తున్నాయి.

రిక్షా ఆగింది. ఎదురుగా చూసాను. ట్రాఫిక్ సిగ్నల్, ఎరుపు రంగు దీపం హెచ్చరికగా. ప్రక్కకు

చూసాను. ఎవరో అమ్మాయి. ప్రక్క రిక్షాలో నుంచి నావైపే ఇదిగా చూస్తోంది. ఆమె కళ్ళలో ఆహ్వానం స్పష్టంగా కనిపిస్తున్నది.

ప్రయత్నంగానో, అప్రయత్నంగానో నా చేయి క్రాఫ్ ని సరిచేసింది. క్రాఫ్ అంటే, నెత్తిన ఉన్న నాలుగు వెంట్రుకలు. ఆమె నవ్వింది. ఆమె రిక్షాలోనికి గెంతుదామనుకున్నాను.

పచ్చలైటు వెలిగింది. రిక్షా కదిలింది, ఆమె రిక్షా కూడా. ఆమె వ్రాసుకున్న సెంటు గాలిలో నుంచి వచ్చి నా ముక్కును సుతారంగా తాకింది. “ఎదవముండ, పట్టపగలు కూడా యాపారమే. ముసలి ముతక సూడదు. ఎంతసేపు డబ్బు యావ”

"ఎవరిని?” అడిగాను.

“అదిగో! రిక్షాలో ఎడుతున్న ఆడముండని. అదో సాని” నేను గతుక్కుమన్నాను. “అనుకున్నాను, ఆమె రంగు, ఆ నవ్వు. అందుకే నేను కరగలేదు. అటువంటిది కాకపోతే, నా వంటి పెద్దమనిషిని పట్టుకొని అలా వయ్యారాలు పోతుందా? ఛీ, ఛీ. దేశం నాశనం అయిపోతున్నది. ఇటువంటి వారి వల్లనే స్త్రీ జాతికి మచ్చ" అన్నాను గంభీరంగా.

"సక్కగా సెప్పారు బాబయ్య”.

"అది నీకెలా తెలుసు”.

అతడు ఏమాత్రం సిగ్గు, భయం లేకుండా, “సానా సార్లు దాని దగ్గరకు వెళ్ళానయ్యా! ఒకప్పుడు గజ్జల గుర్రమనుకోండి. ఇప్పుడు జబ్బులు తగులుకున్నాయి. ఆ రోజుల్లో, నా సామిరంగా...” ఆగాడు. "సమించండి బాబయ్య...” మౌనంగానే రిక్షా తొక్కుతున్నాడు.

అదృష్టవంతుడు, తనకు కావలసింది కష్టపడి సంపాదించుకుంటాడు. ఏ రోజు సంపాదన ఆ రోజు తింటూ, సమస్యలు లేకుండా, సృష్టించుకోకుండా, హాయిగా బ్రతుకుతాడు. తాను చెప్పదలచుకున్నది, ఏదైనా సరే! సూటిగా చెప్పగలడు. భేషజాలు, కాంట్రవర్సీలు, కాంట్రడిక్షన్స్ లేవు. ఆల్ హేపీ.

తనో మధ్యతరగతి మనిషి. బ్రతుకంతా ప్రైవసీయే. లేనిపోని భేషజాలు. అనవసరపు విందులు, విలాసాలు, ఇందుకోసం అప్పులు. తీర్చలేక అరుపులు, కేకలు, ఏడుపులు. తామంతా బాధా సర్పదష్టులు. మధ్యతరగతి మనిషి ఓ ఎలుక. బోనులోని ఎలుక బయటకు

వస్తే శత్రుభయం, లోపల బ్రతుకు భయం. ముసుగుల నటనలు, భయం, సిగ్గు, అనుమానాలు, అవమానాలు. ఇవీ మధ్యతరగతి మనిషికి మరణ శాసనాలు వ్రాస్తాయి.

"ఏమిటి బాబు, తమలాంటి గొప్పోలకు ఆలోసనలే?"

నిజమే, నేను గొప్పవాడ్నే! రాజకీయాలలో చేరివుంటే ఈ పాటికి రక్షణ మంత్రినై ఉండును.

ఆ రోజుల్లో, మా గ్రామం మొత్తానికి నేనొక్కడినే డిగ్రీ చదువుకున్న వాడిని. నాన్న, అమ్మ బలవంతంగా డిగ్రీతో ఫొటో తీయించారు. ఆ ఫొటో ఇప్పటికీ ముద్దుగానే కనిపిస్తుంది. ఈ మధ్య నేను వ్రాసిన కవిత ఒకటి పత్రికలో అచ్చయింది. దానికి పారితోషికం, పది రూపాయలు వచ్చింది. కాని నా భార్య మాత్రం 'అచ్చా! మీ మొహానికి ఇవి కూడానా?" అన్నట్టుగా చూసింది. ఛీ, భర్తల
గొప్పతనాన్ని ఈ భార్యలు ఎందుకు గుర్తించరు?

"మంత్రిగారిల్లు వచ్చేసింది బాబయ్య! నన్నుండమంటారా, ఎల్లిపోమ్మంటారా,"

"కాస్త ఆలస్యమయినా వచ్చేస్తాను. ఉండు. నీ కష్టం ఉంచుకోనులే". లోపలకు అడుగులు వేసాను.

అందమైన విశాలమైన భవంతి. సమస్త సౌకర్యాలున్నాయి. అన్యాయంగా సంపాదించినదయితే నేను ఇంతకన్నా పెద్దదేకట్టేవాణ్ణి. నీతి, న్యాయం, ధర్మం వంటి వాటిని మనం కాపాడకపోతే మరెవరు కాపాడుతారు. అన్యాయం, అవినీతి, అధర్మం వంటి క్రియల వలన పై లోకాలలోనున్న మన పెద్దలు శపిస్తారు. మనకు సద్గతులుండవు.

"ఎవరు కావాలి?" ఇంటి ముందు గూర్ఖా ప్రశ్న. "వాడున్నాడా?" నా ఎదురు ప్రశ్నకు గూర్ఖా ప్రశ్నార్థకంగా నా వైపు చూశాడు. అది గ్రహించిన నేను.

"అదే మీ అయ్యగారు, మంత్రిగారున్నారా? మీ స్నేహితుడు రామారావు వచ్చాడని చెప్పు".

గూర్ఖా లోపలికి వెళ్ళాడు. కొద్ది క్షణాల సమయం నిశ్శబ్దంగా పరిసరాలను గమనిస్తున్నాను. ఖరీదయిన ఫర్నిచర్. చక్కని ఫర్నీచర్. వాన. వాతావరణం మత్తుగా, ఆహ్లాదకరంగా ఉంది. ఇంతలో...

"ఓ హెూ.. రామారావు,నువ్వారా? ఏంటి ఇలా వచ్చావు? చాలాకాలమయిందిగా నిన్ను చూసి. ఏరా ఇన్నాళ్ళకు గుర్తుకు వచ్చానా?. ఇద్దరం ఇక్కడే ఉంటున్నాం. కనీసం వారానికి ఒకసారయినా రావచ్చు కదా! కూర్చో. పిల్లలు, చెల్లెలు ఎలా ఉన్నారు" ప్రశ్నల పరంపర కురిపిస్తున్నాడు.

నౌకరును పిలిచి టిఫిన్, కాఫీలు తెప్పించాడు. ముందు తినటానికి తటపటాయించినా, ఆకలి. వెంటనే తినేసాను. అంతసేపు అతను నా వైపు చూస్తూనే ఉన్నాడనే విషయం

గమనించి నేను సిగ్గుపడ్డాను. ఛీ, ఛీ. అంత ఆబగా తినకుండా ఉండవలసింది. కాస్త స్టైల్ గా తినవలసింది. ఏమనుకున్నాడో ఏమో?" అనుకుని స్నేహితుడే కదా!

"అంటే, నీ అలవాటును నీవింకా వదులుకోలేదు అన్నమాట"

"ఏ అలవాటు"

"అదే, ప్రతీ చిన్న విషయానికి అతిగా ఆలోచించటం, చిన్నప్పటి నుంచి నీకలవాటే కదా! సరే కాని ఈ పూటకు విశ్రాంతి తీసుకో. భోజనం చేసి తీరుబడిగా మాట్లాడుకుందాం. మన చిన్ననాటివి, చదువుకున్నప్పటి ముచ్చట్లు ".

'అదికాదురా, ఇంటి దగ్గర, మీ చెల్లెలు..." సణిగాను. నా సణుగుడు నాకే సిగ్గుగా ఉంది. అవసరం మనిషిని అసహాయుణ్ణి చేస్తుంది. ఛీ, ఛీ. మరెప్పుడూ ఎవరి దగ్గర చేయి చాచకూడదు. అయినా ఆడవారికి బుద్ధుండాలి. ముందుగానే అన్నీ సిద్ధం చేసుకోకూడదు. ఉదయాన్నే నిద్రలేపి భర్తలను అప్పుల కోసం ఊరిమీదకెందుకు పంపుతారో కదా! బొత్తిగా ముందుజాగ్రత్త లేని మనుషులు.

"ఏంటి మళ్ళీ ఆలోచనలా? చెప్పు, నీ అవసరం ఏమిటో. ఖచ్చితంగా చెప్పు" బయటకు వెడుతున్నవాడు ఆగి సోఫాలో కూర్చున్నాడు.

"అది కాదురా! ఇంట్లో పిల్లాడికి పాలడబ్బా, బొగ్గులు, పంచదార, కొద్దిగా డబ్బులు. ఎంతోకాదు, ఓ నాలుగు వందలు... మళ్ళీ నాలుగు రోజులలో... ఇలా అడుగుతున్నందుకు..."

నా మాటలను మధ్యలోనే త్రుంచివేస్తూ "నాకు తెలుసురా! నీకేదో అవసరం ఉంటే కాని నా దగ్గరకు రావు. నా దగ్గరకనే కాదు. స్నేహితునే వాడెవ్వడి దగ్గరకు వెళ్ళవు. నా దృష్టిలో మధ్యతరగతి మనుషులు నిత్యం బ్రతుకుతూ, చస్తూ వుంటారు. మీ వాదాలు, ఇజాలు, అర్థం లేని ఆదర్శాలు, సిద్ధాంతాలు, భోజనం పెట్టవని గ్రహించరు. గ్రహించినా వాటిని వదులుకోవటానికి ప్రయత్నించరు. సమాజమన్నా మనుషులన్నా మీకు భయం. సమాజంతో మాకు పని లేదంటారు. కాని నిత్యం మీ అవసరాలను,సమస్యలను మాత్రం అదే సమాజం తీర్చాలి. దీనికి మళ్ళీ ఆత్మగౌరవమనే ముసుగు వేస్తారు. ఎందుకీ అర్థం పర్థం లేని నటనలు. వస్తానుండు" అని లోపలకు వెళ్ళాడు. ఒక క్షణం తరువాత నాలుగు వంద కాగితాలతో వచ్చి వాటిని నా చేతిలో ఉంచాడు.

నేను నోట్లను ఆర్తిగా తడిమి ఆప్యాయంగా జేబులో ఉంచుకున్నాను. "వస్తానురా" అని ముందుకు కదలబోయాను.

"ఆగు, ఒక్క నిమిషం. ఇలా కూర్చో. నీకో విషయం చెప్పాలి. నా దగ్గర ఇంత సంపద ఉంది. బంధు జనం, నౌకర్లు, అధికార గణం ఉన్నారు. కాని నేను మందిలో ఏకాకిని. డబ్బును నిలుపుకొనేందుకు, పదవిని కాపాడుకునేందుకు నిత్యం ఆరాటం, పోరాటం. నా

గోడును మనసు పెట్టి వినే నాథుడు, నా అనే మనిషి లేడు. నా చుట్టూరా నా సంపదను కాజేసేందుకు రకరకాల మనుషులు.

రకరకాల ముసుగులు ధరించి విపరీతంగా నటిస్తుంటారు. ఈ విషయం నాకు తెలుసు. కాని ఏం చేయలేను. నేను ఒంటరిని, ఒంటరిని" ఒక్కక్షణం ఆగాడు. అతని గొంతు వణుకుతున్నది. అంతలోనే సర్దుకున్నాడు. మరలా అన్నాడు "ఒరేయ్, నేను పులి మీద స్వారీ చేస్తున్నాను రా. క్షణం, క్షణం సుఖం లేని భయంకరమైన ప్రయాణం. ఈ భోగాలను చూసి నేనేదో సుఖపడుతున్నాననుకుంటే పొరపాటు. చిన్ననాటి స్నేహితుడివి. నిన్ను చూడగానే ఎంతో సంతోషించాను. కాని నీవుకూడ నీ అవసరార్థం వచ్చావని తెలియగానే భాధకలిగింది. కాని ఈ విధంగా నా బాధను చెప్పుకొని గుండె భారం దింపుకొనేందుకు అవకాశం కలిగింది. ఒరేయ్! నీకు తెలీదురా. ఈ పదవి, ఈ సంపద, ఈ కీర్తి ప్రతిష్ఠలుశాశ్వతం కావని తెలుసు. కాని వాటిని నిలుపు కొనేందుకు నేనెంతగా నలిగిపోతున్నానో నా ఒక్కడికే తెలుసు. ఒక్క విషయం దయచేసి స్నేహాన్ని క్యాష్ చేసుకొనేందుకు ప్రయత్నించకు. స్వచ్ఛమైన స్నేహం ఇచ్చే పరిమళం మరేది ఇవ్వదురా. వస్తానురా. నాకు మీటింగ్ ఉంది" వడివడిగా బయటకు వెళ్ళిపోయాడు. ఒంటరిగా నేను.

ఛీ, ఛీ. ఎన్ని మాటలన్నాడు. ముష్టి నాలుగువందల కోసం ఎన్ని మాటలు అనిపించుకున్నాను. జీతం రాగానే డబ్బులు వీడిముఖాన కొట్టి, రెట్టింపు మాటలు అని జన్మలో వీడి ముఖం చూడకూడదు. హమ్మయ్య, నాలుగు వందలు. మరలా ఫస్టు వరకు ఫర్వాలేదు.

"పదవోయ్ ఇంటికి..." గర్వంగా రిక్షా ఎక్కాను.

రిక్షా కదిలింది.

నెయ్యివేసిన పెసరట్టు ఉప్మా తిని చాలా రోజులయింది. రాత్రికి చేయించుకోవాలి. ఫిల్టర్ సిగరెట్స్ త్రాగాలి. బుజ్జిగాడికి పీచుమిఠాయి, కోడలికి బోర్నవిటా డబ్బా కొనాలి. కొడుకు జేబు ఖర్చు కోసం ఓ వంద రూపాయలు. రిక్షాను దుకాణం ముందు ఆపి సామాన్లు కొని బయలుదేరాను.

రిక్షా ఇంటి గుమ్మం ముందు ఆగింది. అంబారీ దిగిన రాజులాగా దిగాను. ఎడంచేతిలో సామాను. రిక్షా వాడికి కూలితో పాటు అదనంగా ఐదు రూపాయలు ఇచ్చాను. వాడెంతో సంతోషించి, నన్ను మెచ్చుకున్నాడు. డబ్బును మనం కాకపోతే మరెవరు సంపాదిస్తారు. డబ్బున్నది దేనికి ఖర్చు కోసమే కదా! ఆలోచనలతో ఇంటిలోనికి వెళ్ళాను, అంతఃపురంలోకి అడుగిడిన చక్రవర్తిలాగా.

ఆ రాత్రి వేన్నీళ్ళ స్నానం చేసి, వెన్నెల్లో మంచం వేసుకొని, పెసరట్లు తిని, నా చిన్ననాటి ముచ్చట్లు, నా మంత్రి స్నేహితుడు నన్నెలా బ్రతిమాలి నాలుగువందలు ఇచ్చిన వైనం, నా

చదువు, సాహితీ వ్యాసంగం, గొప్పతనం వంటి వాటిని నా భార్యకు చెబుతూ హాయిగా నిద్రకు ఉపక్రమించాను.

కాని ఎందుకో నాకు తిలక్ కవిత గుర్తుకు వచ్చింది....

"తిరిగి తన జీవితాన్ని బల్లపరుపుగా పరుచుకుని దాని మీద నిద్రపోయింది... గొంగళి పురుగు సగం సగం తిన్న కలల్ని నెమరువేస్తూ సగం సగం చచ్చిన ప్రాణాల్ని జోకొడుతూ..." ఇటువంటి అర్థంలేని కవితలు కవులు ఎందుకు వ్రాస్తారో అనిపించింది..

నేను చేస్తున్నది తప్పా?

"కామెంటరీస్ ఆన్ లివింగ్" లో జిడ్డు కృష్ణమూర్తిగారు ఏం చెప్పారో తెలుసా?, ఆగి నా మిత్రుడు పరంథామయ్య ముఖంలోకి చూశాను. అతను నేనేమి చెబుతానా అని ఎదురుచూస్తున్నాడు.

నేను చెప్పటం ప్రారంభించాను.

" 'ఉన్నది' ఏమిటో దానిని మనం వినిపించుకోము, కనిపెట్టము, మన ఊహలు, మన అభిప్రాయాలు ఇతరుల మీద రుద్దుతూ ఉంటాం. ఇతరులను మన ఆలోచనల చట్రంలో ఇరికించాలని ప్రయత్నిస్తుంటాం. 'ఉన్నది'ని కనిపెట్టడం కంటే మన ఆలోచనలు, మనం చేసే న్యాయ నిర్ణయాలు మనకి చాలా ముఖ్యం. 'ఉన్నది' చాలా సరళంగా వుంటుంది. క్లిష్టంగా ఉండేది మనం. సరళంగా వుండే 'ఉన్నది'ని సంక్లిష్టపరచి, అందులో పూర్తిగా మునిగిపోతాం" ఆగాను.

అతను వింటున్నాడో లేదో అనే అనుమానం. అతను నా ముఖంలోకి ఆశ్చర్యంగా చూస్తున్నాడు. నాకర్థమయింది, నా మిత్రుడి అనుమానం.

"ఇదంతా నీకు ఎందుకు చెబుతున్నాననే కదా నీ సందేహం. నీవు నా దగ్గరకు ఎందుకు వచ్చావో నేను ఊహించగలను. నేను చేస్తున్న పని వెర్రిదని, డబ్బు తగలేసి ఇటువంటి పనులు చేయటం శుద్ధ దండగని, హాయిగా ఉన్న డబ్బుతో కొడుకు దగ్గర విదేశాల్లో కాలు మీద కాలు వేసుకొని, కోడలితో పనులు చేయించుకుంటూ, దర్జాగా వెలగకుండా ఈ ఊరు చివరన ఈ నిర్మాణం. నీవు నా స్నేహితుడివి కాకపోతే, నేనేంటో నీకు అవగాహన లేకపోతే నిజంగా నాకు పిచ్చిపట్టి ఉంటుందని నీవు భ్రమించడానికి ఎక్కువ అవకాశాలు ఉన్నాయి. ఏం లేవంటావా? నేనన్న దానిలో తప్పేమైనా ఉందా" కాదన్నట్లుగా నా మిత్రుడు తల అడ్డంగా ఆడించి "అలాగని ఎలా ఊహించావు. నేనందుకే వచ్చానని ఎందుకనుకున్నావు" అని అడిగాను.

"పదా అలా నడుస్తూ నిర్మాణం పనులు చూస్తూ మాట్లాడుకుందాం" అని చేయి పట్టుకుని ముందుకునడిచాం.

బిల్డింగ్ రెండంతస్తుల నిర్మాణం. చక్కగా కొనసాగుతున్నది. కూలీలు హడావుడిగా క్రమశిక్షణ కలిగిన సైనికుల మాదిరిగా చకచకా పనులు చేస్తున్నారు.

"ఇదిగో ఈ నిర్మాణమే, నా వర్గీయులలో నన్నో మతి భ్రమించిన వాడిని చేసింది. కాని అసలు నన్నెవరూ అర్థం చేసుకోవడం లేదు. అయినా అలా ఆశించడం కూడా తప్పే,

కృష్ణమూర్తి, అరవిందులను చదువుకున్నవాడు. ఇంకా నన్నెవరో గుర్తించాలి అనే తపన అసహజం,అసమంజసం"

ఒక కూలీని పిలిపించి కాఫీలు తెప్పించాను. కాఫీలు త్రాగడం ముగించి దూరంగా చెట్టు క్రింద ఉన్న కుర్చీలలో కూర్చునేందుకు ముందుకు కదిలాం. అంతవరకు మా మధ్య మౌనం.

ఇద్దరం కూర్చున్నాం. చెట్టు మీది నుంచి చల్లని గాలి శరీరానికి ఎంతో హాయినిచ్చింది. ఏదో పెద్ద 'అండ' మాకున్నదన్న భ్రాంతి ఆ చెట్టు క్రింద నాకు కలిగింది. బుద్ధుడు 'బోధి' వృక్షం క్రింద 'జ్ఞానం' సంపాదించినా, మహర్షులు చెట్ల క్రిందనే గురుకులాలు, మహా తపస్సులు ఎందుకు సాగించారో నాకిప్పుడిప్పుడే అర్థమవుతున్నది.

చెట్లు, మానవ స్నేహ సంబంధాలకు మెట్లు.

"చెప్పు, నీవెందుకు వచ్చావు? నా కొడుకు పంపిన రాయబారం పని మీదనా లేక ఇంకేమైనా ఫర్వాలేదు. చెప్పు. చిన్ననాటి నుంచి అరమరికలు లేని స్నేహం మన మధ్య ఉంది. మన మధ్యే ఏమిటి మన కుటుంబాల మధ్య కూడా ఉంది. నీవు, నేను వేరు వేరు అని ఏనాడు మనం భావించలేదు కదా! చెప్పు" అన్నాను.

"ఏమని చెప్పాలో, ఎలా చెప్పాలో నాకర్థం కావటం లేదు. నీవు చేస్తున్న పని, తలపెట్టిన ఆశయం నా నోట మాట రానీయటం లేదు. ఎంతో సంక్లిష్టపూరితమైన వర్తమాన సమాజంలో నీవంటి వ్యక్తులుంటారని నేను ఇంతవరకు ఊహించను కూడా లేదు. కాని ధర్మం ఈ మాత్రమైనా ఉన్నది అంటే నిజంగా నీవంటి వారి వలననే అనిపిస్తుంది. సరి,సరి. పొగడ్తలు ఆపి అసలు విషయానికి వస్తాను. రెండు రోజుల క్రితం మీ అబ్బాయి సరాసరి అమెరికా నుంచి వచ్చి మీ ఇంటి గుమ్మం మీద దిగాడుట. ఆ ఇల్లు ఎవరికో అమ్మేశావని, అలా వచ్చిన డబ్బులకు, నీవు రిటైరవగా వచ్చిన లక్షలను కలిపి ఇదిగో నీవు చేస్తున్న ఈ దిక్కుమాలిన పని గురించి వాడికి ఎవరో చెప్పారట. తరువాత నీ కొడుకు నీ దగ్గరకు వచ్చాడుట. నీవు ససేమిరా అన్నావుట. అనంతరం వాడు నా దగ్గరకు వచ్చాడు" అని ఆగాడు నా మిత్రుడు.

"వచ్చి ఏమన్నాడు?"

"వివరంగా చెబుతాను విను. నేను ఇక్కడకు రానంతవరకు, నీ మాటలు విననంత వరకు వాస్తవంగా నేను కూడా నిన్ను కేకలేద్దామనే అనుకున్నాను. అయినా నీ కొడుకు చెప్పింది కూడా సమంజసంగానే నాకు తోచింది" అతను చెప్పడం ప్రారంభించాడు.

"రాత్రి ఏడు గంటల సమయం. నా భార్యా పిల్లలు, నా బావమరిది కూతురు పెళ్ళికి వెళ్ళారు. నేనొక్కడినే ఉన్నాను. ఇంతలో కాలింగ్ బెల్లు శబ్దం వినపడింది. లేచి తలుపు తీశాను. చూద్దును కదా. నీ కొడుకు సూట్ కేస్ తో నిలబడి ఉన్నాడు.

'రారా! ఏంటి సరాసరి అమెరికా నుంచేనా రావటం. వెళ్లు. స్నానం అవీ చేసిరా. తీరికగా మాట్లాడుకుందాం' అన్నాను.

అరగంట తరువాత మేమిద్దరం డైనింగ్ టేబుల్ ముందు కూర్చొని మాట్లాడుకున్నాం. ముందు మీవాడే అందుకున్నాడు.

'చూశారా అంకుల్ మా నాన్న చేస్తున్న పని. ఉన్న ఇల్లు అమ్మేసి వచ్చిన డబ్బుకు, తన రిటైరవగా వచ్చిన డబ్బును కలిపి ఏదో అనాథాశ్రమం కట్టిస్తున్నాడట. దేశాన్ని ఉద్ధరించడానికి ఈయనేమైనా గాంధీయా, మదర్ థెరిస్సానా, అయినా మేమంతా చచ్చామనుకున్నాడా ఆయన. కొడుకును నాకు మాట మాత్రంగానైనా చెప్పకుండా ఇల్లమ్మటమేనా? నా సంతకం, నా భార్య అంగీకారం అక్కర్లేదా? అయినా ఇంట్లోవారిని ఉద్ధరించకుండా ఎవరో దారినపోయే దానయ్యలను ఉద్ధరించడానికి డబ్బు సంపాదనా.? కోట్లకు కోట్లు సంపాదిస్తున్న వారంతా ఈయనలాగే చేస్తున్నారా? అసలు నేనొప్పుకోను. కోర్టుకెక్కుతాను. హాయిగా అమెరికా వచ్చి నా భార్యతో సేవలు చేయించుకొంటూ, మనవడితో సరదాగా చివరి రోజులు గడపకుండా ఎందుకొచ్చిన తాపత్రయం ఈయనకు. చివరి దశలో ముసలాయనకు కీర్తి మీద ఆశ కలిగింది కామోసు' ఆవేశం తగ్గింది. కాస్త స్థిమితపడి 'చివరిసారిగా మీరు చెప్పండి. మీరిద్దరూ మంచి స్నేహితులు. మీ మాటంటే ఆయనకు వేదవాక్కు వంటిదని నాకు తెలుసు. ఒక ప్రయత్నం చేస్తాను. వినకపోతే నా హక్కులను నేను ఎలా సంపాదించుకోవాలో తెలుసు' అని భోజనం ముగించి 'వస్తానంకుల్! నిద్ర వస్తున్నది. బాగా టైరయిపోయాను' అని పడకగదిలోకి దూరాడు.

తెల్లారి లేచి స్నేహితుడిని కలవాలంటూ విశాఖపట్టణం వెళ్ళాడు. ఎలాగైనా మా నాన్నను దారిలోకి మీరే తీసుకురావాలి. రెండు రోజుల్లో వస్తాను. వ్యవహారం సెటిల్ చేసేయండి అన్నాడు. మీ వాడు అసలు సిసలు వ్యాపారస్తుడిలాగ నాకు కనిపించాడు. మమకారం, ఆలోచించడం, తండ్రిమీద గౌరవం వంటి పదాలకు బహుశా అమెరికా సంస్కృతిలో అర్థాలు లేవనుకున్నాను. అసలు సిసలు వ్యాపార విలువలే అక్కడి సమాజపు శైలిగా భావించాను. అదిరా జరిగింది. అయినా నీవు చేస్తున్నదేమిటో ఇంకా నాకు తెలియదు. ఎందుకు చేస్తున్నావో కూడా తెలియదు. మనిషి తను చేసే ప్రతి పని వెనక ఎంతో కొంత స్వార్థం తప్పకుండా ఉంటుంది. అది కీర్తి కోసమో, డబ్బు కోసమో, ఒక ఆసరా కోసమో ఇలా బహు రూపాలలో 'స్వార్థం' అనేది బహిర్గతమవుతుందనేది మానసిక విశ్లేషకులు వ్యాఖ్యానం. నీ దగ్గరున్న సమస్తం ఖర్చు చేస్తూ, నీవారినందరిని అఫ్ కోర్స్ నీ భార్య పోయి చాలా సంవత్సరాలైంది. నీవు ఏకాకివే అనుకో! కాని ఉన్న ఒక్కగానొక్క కొడుకును కాదని, సమాజ సేవంటూ, ఎందుకు నీకీ ఆలోచన కలిగింది"

నా మిత్రుడి ప్రశ్నలకు సమాధానం చెప్పటమే కాదు. నా గుండె బరువు దింపుకోవలసిన సమయం కూడా ఇదేననిపించింది.

"చెబుతాను విను. ఒరేయ్ సుబ్బయ్య! మా ఇద్దరికి రెండు క్యారియర్ భోజనం. ఇదిగో ఈ చెట్టు క్రిందకి తీసుకురా. ఆ! ఎందుకు చేస్తున్నావు ఈ వెర్రిపని అనే కదా నీ సందేహం. సరే,విను. నా భార్య చనిపోయిన నాటికి నా కొడుకు ఎంత చిన్నవాడో నీకు తెలుసు. వాడి సుఖం, అభివృద్ధి కోసం నేను మరలా వివాహం కూడా చేసుకోలేదు. స్కూలు పని, వాడి సంరక్షణ రెండూ భారమైనప్పటికీ భరించాను. వాడికి ఆరేళ్ళు రాగానే హాస్టల్లో ఉంచి చదివించాను. ఆ తరువాత జరిగిన సంఘటనలలో ప్రత్యేకత ఏమీలేదు. వాడు పెద్దవాడు అయ్యాడు. కంప్యూటర్స్లో ఇంజనీర్ అయి అమెరికా వెడతానంటే సరేనన్నాను. కొన్నాళ్ళకు అక్కడ అమ్మాయినే వివాహం చేసుకున్నానని, ఆశీర్వదించమని ఫోన్లోనే కోరాడు. నీవు, నేను కన్నీటితోనే, ఫోన్లోనే ఆ పని పూర్తిచేశాము. గుర్తుంది కదా! అదిగో అలా నేను ఒంటరిని అనే భావం. నా భార్య మరణం తరువాత నాకు కలిగింది. ఇందుకు నేను వాడిని తప్పు పట్టను. సమాజం మారుతున్నది. విలువలు మారుతున్నాయి. సంక్లిష్టత మన జీవితాలలో ఓ భాగం. డబ్బు మన జీవితం అనే వరకు మన వర్తమాన తరాలు, బహుశా భవిష్యత్ తరాలు కూడా వస్తున్నాయి. కనుక నాకంటూ ఓ మార్గం ఏర్పరచుకోవాలనుకున్నాను.

మరో విషయం చెబుతాను విను. అమెరికా వెళ్ళి హాయిగా తన భార్యతో సేవలు చేయించుకోమని అన్నాడు కదా నా కొడుకు. ఆ సరదా కూడా తీరిపోయింది. ఒక వేసవి సెలవులకు వెళ్ళాను. ఏం తిన్నానో, ఎంతటి ఘనమైన గౌరవం దక్కించుకున్నానో నాకు తెలుసు" నా కంఠం ఎందుకో నాకు తెలియకుండానే రుద్ధమైపోయింది.

కన్నీళ్ళు తుడుచుకున్నాను. మంచినీళ్ళు త్రాగి మళ్ళీ చెప్పటం ఆరంభించాను. "ఒక దేశం సంస్కృతిని అక్కడ నివసిస్తున్న వ్యక్తుల బాహ్య స్వరూపాలను, క్రియలను బట్టి అంచనా వేయవచ్చు అనటానికి ఓ ఉదాహరణ, మావాడి సంసారం. పిల్లలు, భార్య, భర్త, వీరు ముగ్గురు కలుసుకోవటం వారానికి రెండుసార్లు. ఎందుకంటే బిజీ, బిజీ. డాలర్ల సంపాదనలో వేట. నిరంతర పోరాటం. మరి కుటుంబం? ఈ పదానికి అర్థం అక్కడ దాదాపుగా ఎవ్వరికీ తెలియదనే చెప్పాలి. ఆ పరుగు పందెంలో వేగవంతమైన, యాంత్రికమైన కాలగమనంలో నేను ఇమడలేను, నలగలేను. నా దేశం పచ్చదనం, స్వేచ్ఛ, నీకు నేనున్నాను అని స్నేహ హస్తాలు చాచే స్నేహితులు, ప్రకృతి.

ఒరేయ్!. ఇవిరా నాకు కావలసింది. అంతే! నేను వెనక్కు వచ్చేశాను. మరి జన్మలో రాను అని వారికి చెప్పి వచ్చేశాను. నేను ఇక్కడ సంపాదించిన డబ్బును ఇక్కడే ఖర్చు చేస్తాను. అది కూడా నావంటి అందరూ ఉండి, ఏమీలేని అనాథలైన వృద్ధుల కోసం. మరో విషయం చెప్పనా, ఇది ఎంతో మందితో కలిసి చేస్తున్న మహాయజ్ఞం. ఇందులో అందరి డబ్బు ఉంది. ఏ ఒక్కరి జేబు, సంస్థనో కాదిది. ఇక్కడి సభ్యులే ఇక్కడ యజమానులు. మరలావారే కమిటీ సభ్యులు. అంతా వారిదే, అన్నీ వారే! సమిష్టి కృషి. నీవూ ఓ చేయి వేయికూడదూ!. నీకు అందరూ ఉన్నారు కదా! అయినా మావంటి వాడివి నీవు కాదు కదా! నీకు మరో విషయం

చెబుతాను, విను. నాకు ఈ ఆలోచన ఎలా వచ్చిందో తెలుసా? తమాషాగా వచ్చింది. నేను అమెరికా నుంచి వచ్చిన తరువాత మా ఇంటి ముందున్న ఓ చెట్టు క్రింద కూర్చున్నాను.

అప్పుడు నాకొక అనుభూతి కలిగింది. దానిని మాటలలో చెప్పలేను. అయినా చెప్పటానికి ప్రయత్నిస్తాను.

సూర్యుడు గతంలో ఉదయించి చెట్టుమీదుగా, మెల్లగా పైకి వస్తూ వుంటే, ఈ చెట్టు అకస్మాత్తుగా బంగారు రంగు పులుముకున్నట్టుగా ఉంటుంది. సూర్యుడు ఇంకొంచెం పైకి రాగానే, ఆకులన్నీ గలగలమంటూ కదలి నృత్యం చేయడం ఆరంభిస్తాయి. సాయంత్రం అస్తమిస్తున్న సూర్యుడు పడమటి ఆకాశాన్ని ఎర్రగా వెలిగించినప్పుడు, చెట్టు క్రమంగా కాంతిహీనంగాను, అస్పష్టంగాను అయి, తరువాత పూర్తిగా చీకట్లో మునిగిపోతుంది.

ఈ దశలన్నీ మనిషి జీవితానికి అన్వయించుకుంటే బాల్యం, బంగారుపూత గల అద్భుత ప్రపంచం. యవ్వనం, ఇంకా ఎంతో ఉంది తెలుసుకోవాలనే తపనను కలిగించే, నాకు లేదు అనిపించే ప్రాయం, వృద్ధాప్యం, నాకోసం ఎవరూ లేరనే నిరాశపూరిత భావం. చీకట్లోకి ఒంటరి ప్రయాణం.

కాని చెట్టు మనిషికో పాఠం చెబుతుంది. నిరాశ తరువాత ఆశ ఉండాలని, వేకువనే మరలా పునఃసృష్టికి ప్రాణం పోయాలని. చెట్టుతో కనుక బాంధవ్యం పెంచుకుంటే మొత్తం మానవాళితోనే బాంధవ్యం ఏర్పరచుకున్నట్లవుతుంది.

ఇదేదో బావుకత్వం అనుకోకు. మనిషి, ప్రకృతి నుంచి తన ప్రవృత్తిని మార్చుకునేందుకు ఓ చిన్న ప్రయత్నం. లక్షలాది జంతుజాలాన్ని మనిషి చంపుతున్నాడు. ఇంకా చంపుతాడు కూడా. అసలు మనిషి మనిషిని చంపడం కూడా బాగా ఇష్టపడుతున్నాడు. ఈ భూమ్మీద మానవుని చరిత్ర ఆరంభమైన నాటి నుండి మనిషిని మనిషి చంపుకోవడం సర్వసాధారణంగా మారింది. ఇది శారీరకంగానా? మానసికంగానా? అనే ప్రశ్నలు తరువాత. కాని హింసా ప్రవృత్తి మాత్రం పెరిగింది. చెట్లతో, పొదలతో, పూలతో, గడ్డితో, బిరబిరమని కదిలిపోయే మబ్బులతో ఒక గాఢమైన, సుస్థిరమైన, దీర్ఘకాలమైన బాంధవ్యాన్ని మనం నెలకొల్పుకోగలిగితే, నెలకొల్పాలి కూడా. అప్పుడు ఇటువంటి ఆశ్రమాల అవసరాలు రావు. కాని మనుషులలో ఈ నైజం అలవడేంతవరకు వృద్ధాశ్రమాల అవసరం ఉంది. ఇదిగో ఈ ఆలోచన కలుగగానే ఎంతమందిని కలిశానో? ఎన్ని అవమానాలు, ఛీత్కారాలు పొందానో నాకు తెలుసు. అన్నా హజారే తన దగ్గరున్న డబ్బులతో ముందుగా తన ఆశయసాధనకు నడుం బిగించాడు. అదే విధంగా నేనెందుకు చేయకూడదనిపించిది. అంతే! ప్రారంభించాను. ఇహ అక్కడి నుంచి ప్రారంభమయ్యాయి. రకరకాల విమర్శలు. బీరకాయ పీచు సంబంధం ఉన్న వాళ్ళు కూడా సలహాలు, హెచ్చరికలు చేయటమే! కావాలంటే తమ పిల్లలను వివాహం చేసుకోమన్నారు. అరవై సంవత్సరాలు పెద్ద వయస్సే

కాదన్నారు. డబ్బును మాత్రం తగలెయ్యొద్దన్నారు. అంటే వారికి నా డబ్బు మాత్రం కావాలి. చివరికి వారి పిల్లలు ఏమైనా సరే ఫర్వాలేదు.

సమాజంలో డబ్బుకు ఇంత విలువ ఉందని, సంపాదించే రోజులలో నాకు తెలియలేదు సుమా! లేదంటే ఇంకా ఎక్కువ సంపాదించి ఉండేవాడిని. ఏది ఏమైనా నా నిర్ణయం మారదు.

ఇక కొడుకు, కోర్టు అంటావా? ఇది నేను స్వయగా ఆర్జించుకున్నది. నాకు దయుంటే నా వారసుడికి ఇస్తాను. లేదంటే లేదు. అమ్మిన ఇల్లు కూడా నా పేరు మీదనే ఉంది. కనుక నాకెటువంటి భయాలు లేవు.

అన్నట్టు చెప్పడం మరచిపోయాను. ఈ వృద్ధాశ్రమం పేరేమిటో తెలుసా? 'అలంగి'. సముద్రంలో వ్యాపారం చేసి అలసిసొలసిపోయే యాంత్రిక నౌకలు చివరకు చేరుకునే తీరం.

మానవ జీవితంలో అనేక ఆటుపోట్లకు గురై, చివికి అలసిపోయిన మానవ జీవితనౌకల అంతిమ గమ్యస్థానం ఈ ఆశ్రమం. అందుకే ఆ పేరు నిర్ణయించాను.

అరవిందులవారు ఏమన్నారో తెలుసా?

ఏ కష్టాన్నయినా జయించవచ్చు. కాని దానికొక షరతుంది. అది నీవెంచుకున్న మార్గానికి బద్ధుడవై ఉండటమే! ఆ మార్గాన్ని ఎంచుకోవాలన్న నిర్బంధమేమీ లేదు. అది కష్టతరమైనది, వీరోచితమైనది, భీరులకు తగనిది. కాని ఆ మార్గాన్ని ఎంచుకున్న తరువాత దానిని అనుసరించి తీరాలి. లేదంటే, గమ్యాన్ని చేరుకోలేవు. విధ్వంసం లేకుండా నిర్మాణం లేదు. వివిధ స్పర్ధలు, పరస్పర వైరుధ్యాల, భిన్నత్వాల నడుమ సమత లేకుండా పొందిక నెలకొనదు. నిరంతరం తనని తానూ, ఇతరులనూ కబళించే జీవన సరళి లేకుండా అసలు జీవితపు మనుగడే లేదు.

ఈ మాటలు నాకు స్ఫూర్తినిచ్చాయి. నాకంటూ ఓ మార్గాన్ని ఏర్పరిచారు. నా మార్గం నిశ్చయమైపోయింది.

ఇప్పుడు చెప్పు. నేను చేస్తున్నది తప్పా?" ఆగి నా మిత్రుడి వంక చూశాను.

భోజనాలు ఎప్పుడు చేశామో, సాయంత్రం ఎప్పుడయిందో కూడా మాకు తెలియలేదు.

నా మిత్రుడి కళ్లలో నీరు. మెల్లగా లేచి రెండు చేతులు జోడించాడు. నేను గాబరాగా ఆ రెండు చేతులు అందుకున్నాను.

మా కళ్లు మాట్లాడుకున్నాయి. పెదవులు విచ్చుకున్నాయి.

నేను, అతను చేతిలో చేయి వేసుకుని నడుస్తున్నాం.

నా చేతికి మరో చేయి అంది వచ్చింది.

ఇంకా ఎన్నో చేతులు మాతో కలుస్తాయి. ఆ నమ్మకం నాకుంది.

పిచ్చోడు.

సమయం ఉదయం ఏడున్నర. కాకినాడ బస్ కాంప్లెక్స్ మెల్లమెల్లగా సందడిని పుంజుకుంటున్నది. హైదరాబాద్ నుంచి వచ్చిన బస్సు దిగిన నేను సూట్కేస్ దూరంగానున్న కఱ్ఱబెంచిపై పెట్టి, ఒళ్లు విరుచుకొని, కాస్త రిలాక్స్ అవుదామని కూర్చున్నాను. మెళ్ళోనున్న బేగ్ నుంచి మంచి నీళ్ళు సీసా తీసి, చివరగా మిగిలిన నీటిని తాగేసాను. పదినిమిషాలు తరువాత దంతధావనం ముగించుకొని సామాన్లను జాగ్రత్తగా సంచిలోభద్రపరిచాను.

పేపర్ కొనుక్కొని కాంటిన్ వైపు వెళ్ళి, టీ నీళ్లు గొంతులో పోసుకున్నాను. వాచీ చూసాను. నాకవసరమైన బస్సు పదిగంటలకు కాని రాదు. అంతవరకు ఏదో ఒకటి చేయక తప్పదు. కొంచెం సేపు పేపరు తిరిగేసాను. అన్నీ రొటీన్ వార్తలే. చదివినంత సేపు చదవాలనే ఆతృత, చదివాక ఏంలేక నిర్లిప్తత.

ఈ ప్రాంతం, పరిసరాలు వదిలి దాదాపు పన్నెండు సంవత్సరాలవుతుంది. కాంప్లెక్స్ చుట్టు ప్రక్కల పరిశీలించాను. బాగా మారిపోయింది. చిన్నచిన్న ఇళ్ళ స్థానంలో పెద్ద పెద్ద భవంతులు, లాడ్జీలు కనిపించాయి. 'గడచిపోయిన సంవత్సరాలలో ఎంత అభివృద్ధి చెందిందో కదా నగరం" అనిపించింది. కాకినాడ వంటి వ్యాపార కూడలి ప్రాంతాలు అభివృద్ధి చెందడం ఎంతసేపు?

ఇంకేం చేయాలో తెలియలేదు. అప్రయత్నంగా జేబులోనున్న మామయ్య రాసిన ఉత్తరాన్ని బయటకు తీసాను. నా కుటుంబం నేనూహించని ఆపదలలో చిక్కుకొని చిన్నాభిన్నం అయిపోయింది. అమ్మా, నాన్న, చెల్లి సామూహికంగా పురుగుల మందు త్రాగి ఆత్మహత్యాయత్నం చేసారు. స్థానికులు, మామయ్య తీసుకున్న జాగ్రత్తల వలన నాన్న మాత్రం బ్రతికి బయటపడ్డారు. కాని ఆసుపత్రి నుంచి డిశ్చార్జి చేసిన తరువాత ఎక్కడకు వెళ్ళిపోయాడో ఎవరికి తెలియరాలేదు. బ్రతికున్నాడో, లేదో. ఇవన్నీ నాకు ఆలస్యంగా తెలిసాయి.

కారణం, నేనీ దేశంలో లేకపోవటం. నాకు చదువు పెద్దగా అబ్బలేదు. అలా అనడం కన్నా నేను శ్రద్ధ వహించలేదు అనటం బాగుంటుంది. పదవ తరగతి నాలుగుసార్లు తప్పాను. మాది బాగా 'కలిగిన' కుటుంబమే. రాజుల కుటుంబం. నేను, అమ్మ, నాన్నా, చెల్లి. చిన్న కుటుంబం, చింతలు లేని కుటుంబం.

పదవ తరగతి నాల్గవసారి తప్పినప్పుడు, నాన్న నన్ను ఇంట్లోంచి వెళ్ళిపొమ్మన్నారు. మా మధ్య జరిగిన సంభాషణ, సన్నివేశాలు నాకింకా గుర్తున్నాయి.

★★★

వెంకటపతిరాజు గారికి కాకినాడ సమీపంలోనూ, పిఠాపురానికి దగ్గరలోనూ దాదాపు ముప్పయి ఎకరాల సుక్షేత్రం ఉంది. సేంద్రీయ ఎరువులు వినియోగిస్తూ ఓ పద్ధతి ప్రకారం వ్యవసాయం చేసి చక్కని ఫలితాలను, ఫలాలను పొందడం ఆయనకు వెన్నతో పెట్టిన విద్యగా మారింది. రెండు మూడు సార్లు ఉత్తమ రైతు అవార్డును కూడా అందుకున్న వ్యక్తి ఆయన. కాకినాడ, పిఠాపురం, పెద్దాపురం వంటి ప్రాంతాలలో రాజుగారంటే మంచి పేరుంది. ఆ ప్రాంత ప్రజలు రాజుగారితో ఏ రకమైన సంబంధమైనా కళ్ళుమూసుకొని అంగీకరిస్తారు. నైతిక సూత్రాలు, విలువలంటే ఆయనకు ప్రాణం. ఎవరి దగ్గర చేయి చాచడం గాని, చేయి చాచిన వారికి లేదనడం కాని రాజుగారికి తెలియదు. భార్య కూడా అతనికి తగినదే! మా దొడ్డ ఇల్లాలని ఆ ప్రాంత ప్రజలు బాహాటంగానే ఒప్పుకుంటారు.

ఆ దంపతులకు ఒక కొడుకు, కూతురు. పిల్లల చదువు విషయంలో రాజుగారికి కొన్ని ఖచ్చితమైన లెక్కలున్నాయి. అతని దృష్టిలో అమ్మాయి, అబ్బాయి ఇద్దరూ సమానమే! మనిషి తన కాళ్ళ మీద తాను నిలబడటానికి, ప్రపంచ జ్ఞానం తెలుసుకోవడానికి చదువెంతో అవసరమని అతని నమ్మకం. కూతురు చురుకైనది, తెలివైనది. దాని గురించిన బెంగ అతనికి లేదు. కాని కూతుర్ని పెద్ద పెద్ద చదువులు చదవమని ప్రోత్సహిస్తున్న భర్తతో అప్పుడప్పుడు పోట్లాట పెట్టుకొనేది, అతని భార్య.

"చూడండి, ఆడపిల్లను పై చదువులంటూ ఊర్లంటా తిప్పటం నాకసలు నచ్చలేదు. ఎప్పటికైనా దాన్నిఓ అయ్య చేతిలో పెట్టవలసిందే! పెద్ద పెద్ద చదువులు చదివిస్తే, దానికి సరైన సంబంధం తేలేక మనం చావాలి. కొంచెం ఆలోచించండి"

"చూడమ్మడు. ఈ రోజుల్లో ఎంత డబ్బున్నా చదువులేనిదే ఏ అయ్య కూడా అమ్మాయిని చూడటం లేదు. మరో విషయం. మన దగ్గరున్న భూములు ఇలాగే కలకాలం ఉండిపోతాయని అనుకోకు. తరిగిపోతాయి. కాని చదువలా కాదు. వ్యవసాయంలో రోజురోజుకు వస్తున్న మార్పులు, ప్రభుత్వ విధానాల గురించి లోతైన అనుభవం నీకు లేదు. నా పుట్టుక దగ్గర నుంచి మట్టి పిసికి పెరిగిన వాణ్ణి. వర్తమాన సమాజాన్ని వాస్తవంగా చూడటం నేర్చుకో. మరోసారి పిల్లల చదువు విషయంలో నేను తీసుకొనే నిర్ణయాలకు అడ్డురాకు. నేను పడిన, పడుతున్న కష్టం నా పిల్లలు పడకూడదు" అని ఖచ్చితంగా చెప్పేసారు.

ఆ రోజు నుంచి ఆమె ఆ విషయాలను అసలు పట్టించుకోవడం మానేసింది. పిల్లల చదువు విషయంలో ఇంత స్పష్టమైన అభిప్రాయాలున్న రాజుగారికి తన కొడుకు పదవ తరగతి నాలుగుసార్లు తప్పడం అవమానమనిపించింది. వీధిలోకెళ్తే అందరూ ఈ విషయం గురించి అతణ్ని అడిగిన వారే ఎక్కువ. రకరకాల శిక్షలు విధించి, బాధించి కొడుకుని సక్రమమైన మార్గంలో పెట్టవచ్చు. కాని ఎంతకాలం?

ఆయనో నిర్ణయానికొచ్చారు.

ఆ రాత్రి కొడుకును పిలిపించారు, తన గదికి.

మెల్లగా చెప్పసాగారు. "చూడు! నేను నీ అభివృద్ధిని కోరుకుంటున్నాను. మనకేవో వ్యవసాయ భూములున్నాయి, వాటి మీద గరిసెలకు గరిసెలు ధాన్యం వస్తుంది, మేం రాజులం, రాజుల్లాగే బ్రతుకుతాం అనే భ్రమలు నుంచి బయటపడి, ఎంత వేగంగా వాస్తవ పరిస్థితులను తెలుసుకుంటే అంత మంచిది. రాబోయే కాలంలో వ్యవసాయ రంగం నుంచి సరైన భరోసా రైతుకు లేదు. రైతు వరి పండిస్తాడు. బియ్యం ఎక్కువ ధరను చెల్లించి కొనుక్కోవాలి. కందులను పండిస్తాడు, కందిపప్పు ఎక్కువ ధరకు కొనుక్కోవాలి. పెసర పప్పు, ప్రత్తి, మిరప, ఏ పంటైనా ఇంతే. ఇదీ వర్తమానం. భవిష్యత్ గురించి చెప్పలేం. అసలు భవిష్యత్ లో 'రైతులు' అనే వర్గం కనుమరుగు కావచ్చు. ఇవన్నీ నీకు ఛాదస్తంగా కనిపించవచ్చు. అర్థంలేని భయాలనిపించవచ్చు. నీ అభిప్రాయాల్తో నాకు పనిలేదు. నాకంటూ ఓ విజనుంది. దాని ప్రకారమే నీవు నడుచుకోవాలి"

అతను కొంచెం సేపు ఆగాడు. కొడుకు శ్రద్ధగా వింటున్నాడని తెలుసుకొన్నాక మళ్లీ ప్రారంభించాడు. ఈ సారి ఆయన గొంతులో మార్దవం.

"చూడు కన్నా! నీకు వాస్తవ సమాజ పరిస్థితులు తెలియవు. చదువొక్కటే మనిషి స్థిరాస్తి. మిగిలిన వన్నీ తాత్కాలికమే! బాగా చదువు. మంచి ఉద్యోగం సంపాదించుకో! జీవితంలోని ఆనందాన్ని అనుభవించు" అని చెబుతూ తెల్లకాగితంతో చుట్టబడిన ఓ కట్టను కొన్ని స్టాంపు పేపర్స్ ను బయటకు తీసారు.

కట్టను కొడుకు చేతికి అందిస్తూ, "ఇంద! ఇందులో లక్ష రూపాయిలున్నాయి. పిఠాపురం దగ్గర్లో ఉన్న భూమిని తాకట్టు పెట్టాను. ఎందుకని అడగకు. భవిష్యత్తులో ఏమైనా జరగవచ్చు. స్టాంపు పేపరుపైన సంతకం చేయి. ఈ డబ్బు పట్టుకొని హైదరాబాద్లో నీ స్నేహితుడున్నాడని, వాడు పిలుస్తున్నాడని వెళతానని నన్ను చాలా సార్లు నీవడిగావు. గుర్తుంది. అక్కడకు వెళ్ళిపో. ఏం చేస్తావో తెలియదు. ఎలా బ్రతుకుతావో నాకనవసరం. జీవితంలోని కష్టనష్టాలను గ్రహించు. సుఖజీవనానికి ఎన్ని కష్టాలు పడాలో తెలుసుకో! నీ కాళ్ళ మీద నీవు నిలబడి సంపాదించిన సంపాదనలో ఎంత హాయి, కమ్మదనం, స్వేచ్ఛ ఉన్నాయో గ్రహించు. ఒక్క విషయం. జీవితంలో గెలిస్తేనే తిరిగిరా. లేకపోతే రాకు. డ్రమాటిక్ గా మాట్లాడుతున్నానుకోకు. నటించడం రైతుకు తెలియదు. వాస్తవంగా బ్రతకడం, నిర్భయంగా మాట్లాడటమే తెలుసు. నేను కూడా రైతునే కదా! నా మాటలు ఇలానే ఉంటాయి"

తండ్రీ కొడుకుల మధ్య భరించలేని నిశ్శబ్దం. తండ్రి తనకందించిన కట్టను జాగ్రత్తగా అందుకొని కాగితాలపైన సంతకం చేసాడు కొడుకు. ఇటువంటి తండ్రి బహుశా ప్రపంచంలో మరొకరుండరేమో!

కొడుకు మౌనంగా బయటకు నడిచాడు.

"ఒక్కమాటరా చిన్న!" తండ్రి ఏదో చెప్పాలనుకున్నాడు. మరలా తనే "ఏం లేదులే? జాగ్రత్త. వెళ్ళు" అన్నాడు.

తండ్రి ముఖంలోకి ఆ కొడుకు సూటిగా చూడలేదు. చూసి ఉంటే అతని కళ్ళలో కన్నీటి నది కనిపించి ఉండేది.

అలా డబ్బుతో బయట ప్రపంచంలోకి వచ్చిన కొడుకును నేనే.

★★★

బస్సు హారన్ దగ్గరగా వినిపించింది. ఒక్కసారి వాస్తవంలోకి వచ్చాను. వాచి చూసుకున్నాను. తొమ్మిదయింది. ఇంకా గంట గడపాలి.

మామయ్య ఉత్తరంలో చాలా విషయాలు రాసాడు. మొత్తం భూమి పోయిందని, సమయానికి డబ్బు కుదరకపోవటం చేత, చెల్లి పెళ్ళి ఆగిపోయిందని, అవమానం తట్టుకోలేక ముగ్గురూ పురుగుల మందు త్రాగి ఆత్మహత్యకు పాల్పడి పొలంలో పడిపోతే, వెంటనే హాస్పటల్ కు తీసుకువెళ్ళినా, అమ్మ, చెల్లి బ్రతకలేదని, నాన్న బ్రతికినా ఆరోగ్యం కుదుటపడిన తరువాత హాస్పిటల్ నుంచి డిశ్చార్జ్ అయిన మరుసటి రోజే కనిపించకుండా పోయాడని, ఇన్ని సంవత్సరాలైనా అతని ఆచూకి తెలియరాలేదని, బ్రతికి ఉన్నాడో, లేదో కూడా తెలియదని రాసాడు. ఈ విషయాలన్నీ ఎన్నిసార్లు తనకు తెలియజేయాలనుకున్నా అందుబాటులో లేకపోవడం చేత తెలియలేదని రాసాడు. చివరకు అన్ని వివరాలు తెలియజేస్తూ సమగ్రంగా ఓ ఉత్తరం తన స్నేహితుడి అడ్రస్ సంపాదించి, అతనికి పంపగా, నేను దానినందుకొని, ఇదిగో, ఇలా బయలుదేరాను.

అమ్మా, చెల్లి, నాన్న ఎవరినీ చివరిసారిగా కూడా చూడలేకపోయాను. ఇంక నాకెవరున్నారు. ఎవరికోసం నేనా ఊరు వెళ్ళాలి. ఈ సంపద, ఈ విజయం నేనెవరితో పంచుకోవాలి. కొడుకుగా నా బాధ్యతలను నిర్వహించుకోలేకపోయాను.

గుండెల్లో నుంచి దుఃఖం తన్నుకు వచ్చింది. ఎవరిమీదో తెలియని కసి. అసలు ఇదంతా ఎలా జరిగింది. ఎందుకు జరిగింది. అసలెవరు చేసారు?

ముప్పయి ఎకరాల భూమి ఎలా పోయింది. అసలేం జరిగింది. వెంకటపతి రాజుగారి జీవిత చరమాంకంలో ఇంతటి విషాదం, ఇంతటి లేమి మిగుల్తాయని ఎవరూహించారు?

ఈ విషయాలన్నీ నాకు తెలియకపోవటానికి కారణం, నేను అమెరికాలో ఉండటమే! ఒకటి కాదు రెండు కాదు దాదాపు నాలుగు సంవత్సరాలు. కంపెనీ అప్పగించిన ప్రాజెక్టు పనిమీద టీం లీడర్ గా ఆగిన చోట ఆగకుండా, ఆ దేశమంతా తిరిగాను. ఇంకా తిరగాలి. కొంత తాత్కాలిక విరామం వల్ల ఇదిగో, ఇలా ఇండియా వచ్చాను. రాగానే... స్నేహితుడి ద్వారా అన్ని విషయాలు తెలుసుకొని వెంటనే బయలుదేరాను.

దూరంగా ఏదో కలకలం.

అందరూ గుంపుగా మూగి ఉన్నారు. ఎవరిమటుకు వారు గడబిడగా మాట్లాడుకుంటున్నారు. అక్కడేం జరుగుతున్నదో తెలుసుకోవాలనేఆసక్తి, ఉత్సుకత నాలో కలిగాయి. ఇంకా సమయం ఉంది. ఈలోగా చూస్తే పోలా?

ముందుకు కదిలాను. గుంపును త్రోసుకుంటూ ముందుకు వెళ్ళాను.

అక్కడో పిచ్చోడు మూర్ఛపోయి ఉన్నాడు.

బాగా పెరిగిన జుత్తు, శరీరం నిండా దుమ్మూ, ధూళి అరచేయి మందాన పేరుకు పోయి ఉన్నాయి. బట్టలు పీలికలుగా మారి ఉన్నాయి. అతని దగ్గరకు వెళ్ళి కనీసం మంచినీళ్ళయినా ముఖాన కొట్టటానికి జనం సందేహిస్తున్నారు. కంపు కొడుతున్న పరిసరాలలో ఎవరూ ఎక్కువ సేపు నిలబడలేక ముందుకు కదిలారు. కళ్ళు, ముక్కు, నోరు లీలగా కనబడుతున్న అతని ముఖాన్ని పరిశీలనగా చూసిన నాకు, స్మృతి పథంలో 'ఓ ముఖం' ఫ్లాష్ కనిపించింది. మరిక ఆలస్యం చేయలేదు. కూలీని పిలిచాను. అతను సందేహిస్తున్నాడు. జేబులో నుంచి వందనోటు తీసి అతనికి ఇచ్చాను. అతనిలో ఉత్సాహం తన్నుకు వచ్చింది. అతనే ఆటోను పిలిచాడు. పిచ్చోడి శరీరాన్ని అందులోనికి చేర్చాను. నేను డ్రైవర్ ప్రక్కన కూర్చున్నాను. ఆటో కదిలింది. కూలి నాకు నమస్కరించాడు. అందరూ నన్ను వింతగా చూడటం నాకు కనిపించింది.

అదో ఖరీదైన కార్పోరేట్ హాస్పిటల్. ఎన్నెన్నో అధునాతన హంగులున్నది. అనుభవజ్ఞులైన డాక్టర్లు అక్కడ ఉన్నారు. డబ్బుకు వెనకడుగు వేయకపోతే యమునితో యుద్ధం చేసి మరీ ప్రాణం పోయగల అపర ధన్వంతుర్లున్న హాస్పటలది. వైద్యరంగంలో ఎన్నెన్నో అద్భుతాలను ఆవిష్కరించిన ఖ్యాతి దాని సొంతం.

ఆటోను ఆపమన్నాను. పిచ్చోడి శరీరాన్ని ఆటోలోనే ఉంచి నేను హాస్పిటల్లోనికి వెళ్ళాను. నాకు 'కార్పోరేట్ సంస్థ ఇచ్చిన' గుర్తింపు కార్డు, నేను మాట్లాడుతున్న అమెరికన్ ఇంగ్లీష్ యాక్సెంట్ , నా జేబు బరువు గమనించిన సిబ్బంది మరో ప్రశ్నవేయకుండానే అడ్మిట్ చేసుకున్నారు.

డాక్టర్ ఓ అప్లికేషన్ ఫారంను నా ముందుంచి "అతని వివరాలు, అతను మీకేమవుతాడో తెలియజేసే వివరాలు, మీ పూర్తి చిరునామా, సెల్, ఇ–మెయిల్ నెంబర్లు రాయండి. పూర్తి చేసిన తరువాత ఎంత కట్టాలో అదిగో ఆ కనబడుతున్న కౌంటర్లో అడిగితే చెబుతారు. ఎమౌంట్ కట్టేయండి" అని ఓ కౌంటరువైపు చూపించాడు.

అతని కళ్ళలో ఆసక్తి, ఆ పిచ్చివాడికి నాకు ఏమిటా సంబంధం అని. నేను అప్లికేషన్ పూర్తిచేసి ఇచ్చాను. అతను ఆతృతగా గమనించడం, నేను రాసింది చూసి అవాక్కవడం నా దృష్టి నుంచి దాటిపోలేదు. తరువాత కార్యక్రమాలు చకచకా జరిగిపోయాయి.

నేను వేసుకువచ్చిన పిచ్చివాడ్ని ఐ.సి.యు లో ఉంచారు.

నేను తేలిగ్గా ఊపిరి పీల్చుకున్నాను. దూరంగా కుర్చీలో కూర్చున్నాను. ఫ్యాన్ గాలి చల్లగా ముఖానికి తాకుతున్నది. నిమిషం పాటు సుఖాన్ని ఆస్వాదించి, ఫోన్ తీసి మామయ్యకు ఫోన్ చేసాను. హాస్పిటల్ కు రమ్మన్నాను. ముందు గాబరా పడ్డాడు. విషయం తెలియజేసాక సర్దుకున్నాడు.

ఓ పిచ్చివాడి కోసం అంత శ్రమ పడటం దండగన్నాడు. మీ నాన్న బుద్ధులు నీకొచ్చాయన్నాడు.

అంతావిని ఫోన్ ఆఫ్ చేసాను.

ఓ గంటన్నర తరువాత మామయ్య నాముందున్నాడు.

“ఇంతకీ ఇక్కడ, ఇలా, ఇండియా ఎప్పుడొచ్చావు? వచ్చిన వాడివి, తిన్నగా ఇంటికి రాకుండా దారిన పోయిన దరిద్రాలన్నింటిని నెత్తిన చుట్టుకోవడం ఎందుకు చెప్పు. సర్లే! జరిగిందేదో జరిగిపోయింది. చేయాలనుకున్నావు చేసావు. పద. ఇంటికి పోదాం. మనం మాట్లాడుకోవలసినవి చాలా ఉన్నాయి. అత్తయ్య నీకోసం గాబరా పడుతున్నది”

"పోనీ ఆ పిచ్చాడ్ని చూడకూడదు, ఓ సారి!” అన్నాన్నేను.

“అక్కర్లేదు బాబు. నీవు సేవలు చేసావు కదా! చాలు. పద, పద" అతని గాబరా చూస్తుంటే నన్ను బలవంతంగా లాక్కుపోయేటట్లున్నాడు.

“ఆగు మావయ్య. కొన్ని ఫార్మాలిటీస్ ఉన్నాయి. డాక్టర్ తో మాట్లాడి వాటిని పూర్తిచేసి వస్తాను” అని డాక్టర్ గారి గదివైపున నడిచాను.

గదిలో డాక్టర్ గారు నా కోసమే చూస్తునట్టున్నారు.

"మీరేమి వర్రీ కానవసరం లేదు. సరైన పోషణ, పోషకాహారం, సంరక్షణ లేక లివర్ కొంచెం దెబ్బతిన్నట్టుగా ఉంది. ప్రాణభయం లేదు. బాడీ ఫంక్షనింగ్ బాగుంది. కాని...” ఆగాడు.

“ఏం ఫర్వాలేదు డాక్టర్. సమస్య అనేది ఉంటే నిర్భయంగా చెప్పండి ఫర్వాలేదు. కాని అతను నాకు ఆరోగ్యంగా కావాలి”

“అదే చెబుతున్నాను. అతను సంపూర్ణంగా కోలుకోవాలంటే కనీసం ఓ నెల రోజులపాటు ఇక్కడ మా అబ్జర్వేషన్లో ఉండాలి. మీకేమి ఇబ్బంది లేదు కదా! అటువంటిదేమైనా ఉంటే నాకు చెప్పండి. దాని ప్రకారం ఆలోచిద్దాం”

నాకు తెలుసు “ఇబ్బంది” అనే పదం దేనికోసం ఉపయోగించారో. కార్పోరేట్ హాస్పటల్స్ లో “ఇబ్బందంటే” డబ్బు ఉందా లేదా అని తెలుసుకోవటం. ఇక్కడ నాతో జాగ్రత్తగా మాటలు ఆచితూచి మాట్లాడటం వెనుక మరో మర్మం కూడా ఉంది. నెల రోజుల పాటు హాస్పటల్ ఖర్చులు ఎంతవుతాయో దాదాపుగా నేనూహించగలను. నేను సంతకం చేస్తే నేను పనిచేస్తున్న 'కార్పోరేట్ సంస్థ' 'మెడికల్ క్లయిమ్' ఇస్తుంది. ఇటువంటి హాస్పటల్స్ నడుస్తున్నవి, ఇటువంటి 'క్లయిమ్స్' వల్లనే.

డాక్టరు గారు, నాకే ఇబ్బంది లేదు. డబ్బుకోసం మీరు ఆలోచించవద్దు. నాకు తను ఆరోగ్యంగా ఉండటం ముఖ్యం. కాని ఓ పదిహేను రోజుల్లో నేను మరలా అమెరికా వెళ్ళిపోవాలి. ఈలోగా చేయవలసిన పనులు కొన్ని ఉన్నాయి. నేనున్నా లేకపోయినా మీరు ట్రీట్మెంట్ ఆపకూడదు. కనుక నేను అమెరికా వెళ్ళే లోపల అతనికి బాగయితే బాగుంటుందని నా అభిప్రాయం అంతే. అందాక ఈ పదివేలు ఉంచండి. మిగిలినది ఒకటి రెండు రోజుల్లో వస్తాను, సెటిల్ చేస్తాను. కాని అతనిని జాగ్రత్తగా చూసుకోవలసిన బాధ్యత మీపైన పెట్టి వెళుతున్నాను. అన్యధా భావించకండి" అని జేబులోంచి వెయ్యి రూపాయి నోట్లు పదితీసి అతని టేబులుపైన ఉంచాను. డబ్బును జాగ్రత్తగా అందుకొని "మీరంతగా చెప్పాలా? అతన్ని నా స్వంతమనిషిగా భావించి ట్రీట్ చేస్తాను. మీరు నిరభ్యంతరంగా మీ పనులు పూర్తి చేసుకొని రండి". వెంటనే నర్స్ ను పిలిచి, చేయవలసిన పనులను పురమాయించాడు. డాక్టర్ చూడకుండా, నర్స్ చేతిలో రెండు వంద కాగితాలుంచాను. ఆమె నన్ను దేవుడిగా చూసిన చూపు మరచి పోలేనిది.

'మనీ' పారేస్తే, మనుషుల్ని 'దేవుళ్ళు'గా చూసుకుంటారని అగ్రదేశంలో నేను తెలుసుకున్న నీతి. ఇహ పిచ్చోడి గురించి నాకే చింతా లేదు. తృప్తిగా బయటకు వచ్చాను.

ఆటో ఎక్కి, హాస్పటల్ నుంచి కాంప్లెక్సు చేరుకున్నాం. సమయం పన్నెండు గంటలు కావస్తున్నది. సాయంత్రం నాలుగు వరకు ఏ బస్సులు లేవు. నేనాలోచించాను. పదమామయ్య ఆటోలో వెళ్ళిపోదాం" "వద్దురా. ఎక్కువ అడుగుతాడు".

"ఫర్వాలేదు మామయ్య. సాయంత్రం నాలుగు వరకు ఇక్కడే ఉంటే ఎంత ఖర్చవుతుందో ఆలోచించు. దానితో పోలిస్తే ఆటోవాడు అడిగేదే ఎక్కువా చెప్పు"

మామయ్య లెక్కలు వేసాడు. "నిజమేరా. పద" అన్నాడు.

ఇద్దరం ఆటో మాట్లాడుకున్నాం. ఆటోవేగంగా బయలుదేరింది.

ఐదు నిముషాలు గడిచాయి. గాలి చల్లగా ఉంది. ఇంకా పూర్తిగా ఎండాకాలం రాలేదు. రోడ్డుకు ఇరుప్రక్కలా పచ్చని పొలాలకు బదులు, పొలంలో, అక్కడక్కడ పాతబడిన రాళ్ళు కనిపించాయి. "రియల్ ఎస్టేట్ బిజినెస్" విషపు పడగ నీడ రైతులను, పొలాలను కబళిస్తున్నదన్నమాట.

"ఇప్పుడు చెప్పరా! నీ గురించి. ఎక్కడున్నావు. ఇన్నాళ్ళు ఏం చేసావు. అసలు అమెరికా ఎలా వెళ్ళావు, ఎందుకు వెళ్ళావు?"

"అంత గొప్పగా చెప్పుకోవడానికేమి లేదు మామయ్యా. తిన్నగా నా స్నేహితుడి దగ్గరకు వెళ్ళాను. వాడికి అన్ని విషయాలు దాచకుండా చెప్పాను. నా దగ్గరున్న డబ్బులో ఏభైవేలును రెండు పాతికలుగా చేసి రెండు జాతీయ బ్యాంకుల్లో డిపాజిట్ చేసాడు. వాటి మీద వడ్డీ నెలా నెలా నాకందేలా చేసాడు. మిగిలిన ఏభై వేలును ఎప్పుడు కావాలంటే అప్పుడు తీసుకొనే విధంగా బ్యాంకులో వేసాడు. నేను నా లక్ష్యం మరిచిపోయి నగరవాస సుఖాలకు డబ్బు

ఖర్చు చేస్తానేమోనని వాడి పేరు, నా పేరు మీద "జాయింట్ అకౌంట్" ప్రారంభించాడు. ముందు ఓ కంప్యూటర్ సెకండ్ హ్యాండ్ కొన్నాను. ప్రయివేట్ ఇంటర్ కట్టాను. ఇంటర్ పూర్తయ్యేసరికి కంప్యూటర్ పైన, ఆంగ్లభాషపైన పట్టు సంపాదించాను. అంతవరకు నా సంపాదన మీదనే ఆధారపడాలని భావించి ఉదయం పేపర్ బాయ్, సాయంత్రం హోటల్ సర్వరుగా చేసేవాడిని. మధ్యాహ్నమంతా చదువుకొనే వాడిని. ఇంటర్ తరువాత, డిగ్రీ కూడా ప్రైవేట్ గా కట్టాను. అది పూర్తయే సరికి, కంప్యూటర్స్ పైన సమగ్రమైన పరిజ్ఞానం సంపాదించాను. చిన్న చిన్న ఉద్యోగాలు మానేసాను. ఓ కార్పోరేట్ సంస్థలో కంప్యూటర్ ఆపరేటర్ గా కుదురుకున్నాను. నేను కంపెనీని నమ్మాను. నన్ను కంపెనీ నమ్మింది. నాకు కష్టపడటమే తప్ప మరొకటి తెలియదు. కొద్ది కాలంలోనే, టీం లీడర్ గా ఎదిగి ఓ ప్రాజెక్టు పనిమీద అమెరికా వెళ్ళాను. నాన్న చెప్పిన మాటలు, అతనిచ్చిన డబ్బును స్ఫూర్తిగా తీసుకున్నాను. నా స్నేహితుడు నన్ను ఎంతగానో ఆదుకున్నాడు, ఆదరించాడు. వాడి సహకారమే లేకుంటే నేనెక్కడ ఉండేవాడినో? ఏది ఏమైనా నా అభివృద్ధిని చూసి ఆనందించడానికి నాకెవరున్నారు చెప్పు" అప్రయత్నంగా నా కంటిలో కన్నీరు.

"ఛీ, ఛీ! ఏంటా మాటలు. ఎవరైనా చూస్తే నవ్వుతారు. ఏం నేను, అత్తయ్య, మా బాబు లేమా ఆనందించడానికి? నీవు మావాడివి కదా! మరెప్పుడూ ఇలా బాధపడకు"

"నిజమే, మామయ్య! మా కుటుంబాన్ని ఎన్నో సందర్భాలలో, ఎన్నో రకాలుగా అండగా నిలిచావు".

"బాగుంది. మనిషి సాధించాలనకుంటే దేనినైనా సాధించగలడని నిరూపించావు సుమా!" అని మాట మార్చాడు, నన్ను 'డైవర్ట్' చేయడానికి.

"కాదు మామయ్య. నన్ను గెలిపించింది స్ట్రగుల్. స్ట్రగుల్ ఉన్న చోట విజయం ఉంటుంది".

మా మాటల మధ్య మేము మామయ్య వాళ్ళింటికి చేరుకున్నాం.

★★★

పున్నమి నాటి రాత్రి వెన్నెల చల్లగా, మత్తుగా, హాయిగా ఉంది. భోజనాలు ముగించుకొని నేను, మామయ్య డాబాపైన మంచాలు వేసుకొని నడుం వాల్చాం. ఆకాశంలో చందమామ నిండుగా ఉన్నాడు. మా గ్రామాన్ని ఒరుసుకుంటూ ప్రవహించే గోదావరి పాయలో నీటి గలగలలు స్పష్టంగా వినిపిస్తున్నాయి. దూరంగా జాలరి ఒంటరి పాట. అలలు అలలుగా గాలిపై తేలివస్తున్నది. నైట్ క్వీన్ పరిమళాలు మత్తును కలిగిస్తున్నాయి.

వెంకటపతిరాజు గారబ్బాయినని, అమెరికాలో ఉంటున్నానని వివాహ సంబంధాలు కోసం వచ్చిన వారితో, అభిమానంగా పలకరించడానికి వచ్చినవారితో, సంతాపం ప్రకటించడానికి వచ్చిన వారితో సందర్భానికి తగిన విధంగా మాటలను పేర్చుకొంటూ

ఉదయం నుంచి సాయంత్రం వరకు నేను పడిన శ్రమనంతా ఈ వాతావరణం వలన మరచిపోయాను.

నా మనసు ప్రశాంతంగా ఉంది. నేనే విషయాలు తెలుసుకోవాలనుకోవటం లేదు. వాటివలన ప్రయోజనం కూడా లేదు. అయినా తెలుసుకోవాలి. అవసరమయితే, వాటి నుంచి పాఠాలు నేర్చుకోవచ్చు.

"చెప్పు మామయ్య. మా కుటుంబం ఇలా కావటానికి కారణం ఎవరు? ఎందుకిలా జరిగింది?".

★★★

ఒకసారి శ్రీరాముడు వింటినారి సవరించుకొంటుంటే ఎక్కడో చిరుకప్ప చేసే ఆర్తనాదం వినిపించింది. పరిసరాలను పరికించి చూసాడు. ఏమీ కనిపించలేదు. తన పనిలో తాను లీనమై పోయాడు. మరలా ఆర్తనాదం వినిపించింది. ఈ సారి మరింత జాగ్రత్తగా గమనించాడు. అప్పుడతనికి తెలిసింది. ఆ ఆర్తనాదం, తన కాలువద్ద నుంచి వస్తున్నదని. క్రిందకు చూసాడు. వింటి యొక్క చివరి భాగం, చిన్న కప్ప కాలుపైన బలంగా మోపబడి ఉంది. గబగబా వింటిని ప్రక్కన పడవేసి, ఆ చిరు కప్పను చేతిలోనికి తీసుకొని "ఓ జీవమా! ఇంత బాధను భరిస్తూ ఎందుకు ఊరుకున్నావు. వెంటనే నాకు చెప్పవచ్చు కదా!" అని ఆర్తిగా అడిగాడు.

అందుకు ఆ కప్ప "స్వామి! ఇతరుల చేత బాధ కలిగితే ప్రభువైన మీకు చెప్పుకుంటాను. కాని బాధ ప్రభువు వలననే కలిగితే ఎవరితో చెప్పుకోమంటారు?" అని అడిగింది. రాముడు బాధపడ్డాడు. ఆయన వెర్రి రాముడు కనుక బాధపడ్డాడు. కాని మన నాయకులది ఏనుగు చర్మం మందంగా ఉంటుంది. ఎవరి బాధలు వారికి పట్టవు"

నేనతని మాటలను మధ్యలోనే ఆపి, నేను నా సమస్యకు కారణాలు చెప్పమంటే నీవేదేదో చెబుతున్నావు మామయ్య అన్నాను.

"కాదు. కరెక్ట్ గానే చెబుతున్నాను. శ్రద్ధగా విను. ప్రశ్నలు వేయకు".

"మీ నాన్నకున్న సిద్ధాంతాలు, విలువలు కారణంగా తనకు తెలియకుండానే తనచుట్టూ శత్రువర్గంను పెంచుకున్నాడు. నేను ఎన్నోసార్లు చూచాయిగా చెప్పాను. అతను మారలేదు. భవిష్యత్ ఏమిటో ఆయనకు తెలుసు. అందుకే ఉన్న చెక్కను తెగనమ్మి లక్షరూపాయిలు నీకిచ్చాడు. బహుశా నీకు తాకట్టు పెట్టానని చెప్పి ఉంటాడు. మిగిలిన మడిచెక్కను తెగనమ్మి చెల్లి పెళ్ళి చేద్దాం అనుకున్నాడు. కాని దైవం అనుకూలించ లేదు. ప్రభుత్వం ఏర్పాటు చేసిన 'సెజ్' మీ కుటుంబాన్ని 'సీజ్' చేసింది"

"సెజ్ లా? అవేంటి. నాకు తెలియదే?" అన్నా.

"అమెరికాలో ఉన్నవాడికి, ఇక్కడి వాటి గురించి ఎలా తెలుస్తుంది. 'ప్రత్యేక ఆర్థిక మండలి' 'స్పెషల్ ఎకానిమిక్ జోన్' 'సెజ్' సంక్షిప్త రూపం. ప్రభుత్వ అనుమతులన్నీ

ఒకేచోట లభిస్తూ దేశీయ వస్తువులకు విదేశాలకు ఎగుమతి అవకాశాలు కల్పిస్తూ, విదేశీ మారక ద్రవ్యాన్ని మన దేశానికి రప్పించే అద్భుతమై పథకం. ఇందులో భాగంగా వివిధ సంస్థలు పరిశ్రమలను స్థాపించదలిస్తే ఒకే ప్రాంతంలో ఆయా సంస్థలు కోరినంత భూమిని స్వయంగా ప్రభుత్వమే సమకూర్చుతుంది. ఆ భూమి వ్యవసాయ భూమి అయితే రైతుకు ఎంతో కొంత ముట్టచెప్పి తీసుకుంటారు. ఇవ్వనని మొండికేస్తే, అధికార్ల అండతో ప్రభుత్వ జి.వో.ను చూపించి బలవంతంగా లాగేసుకుంటారు. ఇలా పారిశ్రామిక వేత్తలకు ఇచ్చిన భూమిపై ప్రభుత్వానికి ఎటువంటి అధికారం ఉండదు. ఒక వేళ ఆ ప్రాంతంలో పరిశ్రమలు నెలకొల్పితే, మొదట ఐదు సంవత్సరాల వరకు ఎటువంటి సుంకాలు సదరు సంస్థలు చెల్లించనవసరం లేదు. ఈ రకమైన 'సెజ్'ను ముందుగా ప్రారంభించిన దేశం చైనా. తొలిసారిగా 'గ్యాంగ్లింగ్' రాష్ట్రంలో 'హేంజర్'ను ఏర్పాటు చేసింది. పందొమ్మిది వందల ఎనభై సంవత్సరానికి పద్నాలుగు వేల కోట్ల డాలర్లు విదేశీ ప్రత్యక్ష పెట్టుబడులు వచ్చాయి. ఈ విషయాలన్నీ తెలుసుకున్న ఆనాటి ఎన్.డి.ఏ ప్రభుత్వం వీటిని భారతదేశంలో ఏర్పాటు చేస్తే ఎలా ఉంటుందనే ఆలోచన చేసింది. ఈనాటి యు.పి.ఏ ప్రభుత్వం వాటి అమలుకు పచ్చజెండా ఊపింది. ఇంకేముంది! బడాబడా కంపెనీలు దరఖాస్తులను పంపుకున్నాయి. వేలకు వేల ఎకరాలు ఆయా కంపెనీల యజమానులకు ధారాదత్తం చేసింది. ప్రభుత్వం ఇలా ఒకటి రెండూ కాదు, ఏకంగా నాలుగు వందల 'సెజ్'లు ఏర్పాటు చేయాలని నిర్ణయించింది. ఇందుకోసం ఎంత భూమి 'అప్పనంగా, కుహనా పారిశ్రామిక వేత్తలు' దోచుకుంటారో ఆలోచించు. ఇక్కడ ఇంకో లొసుగు. భూమిని తీసుకొన్న సంస్థ యజమాని దానిని మరో 'బిల్డర్ ను నియమించుకొని అతనికి ఇచ్చేస్తాడు. ఆ 'బిల్డర్' ఇక్కడే పరిశ్రమ నెలకొల్పుతాడు లేదో ఎవరికి తెలియదు. ఇలా 'సెజ్' ముసుగులో 'రియల్ ఎస్టేట్' వ్యాపారం మూడుపువ్వులు, ఆరు కాయలుగా వర్ధిల్లుతున్నదని రిజర్వ్ బ్యాంకు హెచ్చరించిందంటే పరిస్థితి ఎలా ఉందో ఊహించుకో.

ఇలా ఏర్పాటుచేసిన 'సెజ్'ల వలన రైతు ఎలా నష్ట పోతున్నాడో తెలియడానికి నీకో చిన్న ఉదాహరణ చెబుతాను. ముంబాయిలో 'రిలయన్స్' సంస్థ 'సెజ్' ఏర్పాటుకు ముందుకు వస్తే మహారాష్ట్ర ప్రభుత్వం ముప్పైనాలుగు వేల ఐదువందల తొంభై నాలుగు ఎకరాలు అప్పనంగా ఇచ్చేసింది. ఇదంతా వ్యవసాయ భూమే. ప్రభుత్వం హెక్టారుకు అంటే రెండున్న ఎకరాలన్న మాట. కేవలం ఇరవై వేలు చెల్లించింది రైతులకు. సంస్థ నుంచి ఈ భూమికి నేతలు, ఎకరాకు ఆరు లక్షలు వసూలు చేసారు. మరి సంస్థ యజమాని ఊరుకుంటాడా? ఇదే భూమిని ఎకరా 10 కోట్లుకు అమ్మేసాడు బిల్డర్ కు.

ప్రభుత్వమే 'బలవంతుడి'గా మారి బలహీనమైన రైతులను బలవంతంగా అణగద్రొక్కుతుంటే రైతులు ఎలా బ్రతకాలి. మహారాష్ట్రలో జరిగిందే మన రాష్ట్రంలోనూ జరుగుతున్నది. మీ నాన్నకు జరిగింది కూడా ఇదే! ఇంకో విషయం. మీ భూమి అసలు 'సెజ్

పరిధిలోనికి రాదు. కాని శత్రువర్గం, అధికారులు లాలూచి పడి కుట్రపన్ని బలవంతంగా 'సెజ్' పరిధిని పెంచి మీ భూమి కూడా అందులోనిదేనని నమ్మబలికి అన్యాయం చేసారు. లక్ష రావలసిన చోట, పదివేలు వస్తే ఎలా పెళ్ళి చేయగలడు? ఉన్న భూమి పోయింది. అవమానం జరిగింది. తెల్లారి లేస్తే ఊర్లో ఎలా తలెత్తుకు తిరగాలి. ఇవన్నీ సమాధానం లేని ప్రశ్నలు. ఇది మీ కుటుంబానికి జరిగిన అన్యాయం కాదు. ఎన్నో వేలు, లక్షల కుటుంబాలకు జరిగిన అన్యాయం. ఏదో రోజు ప్రజలు ఇంతకు ఇంత తీర్చుకోకపోరు.

మామయ్య చెప్పడం ఆపాడు. ప్రక్కనున్న సీసాలో నీరు కొంచెం త్రాగాడు.. "ఏం నిద్రవస్తున్నదా? " "ఇంత విన్నాకా నిద్ర వస్తుందంటావా? అయినా మరి కోర్టులు, చట్టాలు ఇవన్నీ ఈ రాష్ట్రంలో లేవా?"

నా ప్రశ్న అమాయకంగా అనిపించి ఓ వెర్రినవ్వు పెదాలమీదకు బలవంతంగా అరువు తెచ్చుకొని "నాన్న కేసు ఎవరిమీద పెడతావు? సంస్థల మీద, బిల్డర్ మీద, ప్రభుత్వం మీద, సి.యం మీద? ఒకవేళ పెట్టావే అనుకో, తాత్కాలిక స్టే ఇస్తారు. వాదోపవాదాలు జరుగుతాయి. చివరకు నీ ముని మనవళ్ళకు కూడా న్యాయం అందుతుందని నేననుకోను. సివిల్ కేసులు అంతే"

ఇద్దరం, ఎవరూ మాట్లాడుకోలేదు. గాలి చల్లగా ఉంది.

చంద్రుడు మబ్బులతో దోబూచులాడుతున్నాడు. ఎక్కడో కుక్క సన్నగా ఏడ్చిన శబ్దం. సమయం పదకొండు, పన్నెండు కావచ్చు.

మామయ్య మెల్లగా చెప్పాడు. "మీ నాన్న కున్న ముందుచూపు వలన మీ కుటుంబంలో నీవైనా మిగిలి ఈ స్థితిని అందుకున్నావు. కొన్ని కుటుంబాలు ఈ మాత్రం అడ్రస్ కూడా లేకుండా గల్లంతయినాయి".

నన్ను ఇంటి నుంచి వెళ్ళి పొమ్మన్న రాత్రి నాన్న చెప్పిన మాటలు గుర్తుకు వచ్చాయి "భవిష్యత్తులో రైతులు అనే జాతి లేదా వర్గం ఉండక పోవచ్చును"

ఎంత నిజం.

ప్రభుత్వాలు, వ్యాపార వేత్తలకు అమ్ముకొన్న వారికోసం, ' రైతుల శ్రేయస్సనే' ముసుగులో 'రుణాల మాఫీ' 'సెజ్'ని వివిధ పథకాలు రచన చేస్తుంటే, ఈ విష వలయంలో చిక్కుకున్న రైతులు వలసకు వీలుగా మారుతున్నారు.

ఇది వర్తమానం చిత్రం. మరి భవిష్యత్?

'ఏంటాలోచిస్తున్నావు? భవిష్యత్ గురించా. అవును గాని నాదొక అనుమానం. ఆ పిచ్చోడి కోసం, అంత ఖర్చు అవసరమంటావా? అదలా ఉంచు. రేపటి గురించి ఏం ఆలోచించావు? "

"ఏం మిగిలిందని ఆలోచించాలి. ఉన్న ఆ పాత ఇంటిని అమ్మేయి మామయ్య. ఆ డబ్బులు కూడ నాకొద్దు. అత్తయ్యకు, ఈ అల్లుడి కానుక అనుకొని ఏదైనా వస్తువు చేసి పెట్టు.

నీకు ఎంత చేసినా, నీవు మాకు చేసిన సహాయానికి, సేవకు సరికాదు. ఏదో నా గుర్తుగా అంతే! ఆ పిచ్చోడు, బాగుపడతాడు. డాక్టర్ మీద నాకా నమ్మకం ఉంది. నా అంచనా ప్రకారం మరో పది రోజులలో అతనికి నయమవుతుంది. ఆ తరువాత అతనిని తీసుకొని నేను హైదరాబాద్ వెళ్ళిపోతాను. మా కంపెనీ వాళ్ళు అంగీకరిస్తే, అవకాశమిస్తే, అమెరికాలో స్థిరపడి పోదామనుకుంటున్నాను, ఆ పిచ్చోడితో సహా.

మామయ్యలో వచ్చే రియాక్షన్ కోసం ఆగాను. నేననుకొన్న రియాక్షన్ అతని గొంతులో కనిపించింది. "ఏంటీ? పిచ్చోడితో అమెరికాలో స్థిరపడతావా! నీకేమైనా పిచ్చా?"

" ఇంతకీ, ఆ పిచ్చోడు ఎవరనుకుంటున్నావు మావయ్యా? సమాజం చేత, అభిమానించిన వ్యక్తుల చేత, చివరకు ప్రభుత్వం చేత వంచనకు గురయిన వ్యక్తి. అనూహ్యంగా మృత్యువు కూడా అతన్ని చీదరించుకుంది. అటువంటి నిర్భాగ్యుడు మామయ్య"

"అంటే అతను" మామయ్య గొంతులో ఆనందం, ఆశ్చర్యం. "అవును మామయ్యా! ఆ పిచ్చోడు, మా నాన్న"

స్మృతులకు మరణం లేదు!

గరిక శరీరానికి మెత్తని పరుపుగా ఉంది. గడ్డిపైన పడిన మంచు బిందువులుగా ఏర్పడుతున్నది. నాచేయి దానిపై పడగానే బిందువులు మాయమవుతున్నాయి.

ఎంత క్షణికం వీటి అస్తిత్వం. అయితే మాత్రం ఎంత కమ్మని జ్ఞాపకం వాటినిస్పృశించడం.

అరకు అందాలు నాకు కొత్త కాదు. ప్రతీ కార్తీకమాసంలో నేను అరకు వస్తాను. కనీసం వారం రోజుల పాటు ఉండి, తనివి తీరా వెన్నెల రాత్రులను అనుభవిస్తాను.

మనిషికి అందమైన అనుభవాలు మిగిల్చే ఆనందం ఏ మాదక ద్రవ్యాలు ఇవ్వగలవు. క్రితం వరకు నేను ఒంటరిని. కాని ఇప్పుడు జంటగాణ్ణి, జతగాణ్ణి.

ప్రేమించడం చాలా సులభం. ఏవో కొన్ని అబద్ధాలు, కొన్ని పొగడ్తలు, మరికొన్ని తన గురించి గొప్పలు, కొంచెం ఖర్చు. ఇవీ వర్తమానంలో ప్రేమికుల ఆయుధాలు. అవాస్తవాలన్నీ వాస్తవాలుగా మారినప్పుడు ప్రేమ కాస్త శతృత్వంగా మారుతుంది.

నేను సరోజను పై ఆయుధాలతో ప్రేమించలేదు. సహజంగానే ప్రేమించాను. నా బలహీనతలు, నా ఉద్యోగం, నా జీతం, జీవిత సంగ్రహం, రోజాకు, అదే సరోజకు తెలుసు.

ప్రేమ మనసును స్పందింపజేస్తుంది. మనసు స్పందిస్తే మనిషిపై నమ్మకం కుదురుతుంది. నమ్మకం బంధంగా మారుతుంది. అది శాశ్వతమైన మధురస్మృతులను కలుగజేస్తుంది.

మనసు మనసును ప్రేమించాలి. మనిషి మనిషిని ప్రేమించకూడదు. ఒకటి నిస్వార్థం, మరొకటి స్వార్థం.

శరీరం, కురుస్తున్న మంచువలన చల్లగా ఉంది. షాల్ ఒంటినిండా కప్పుకున్నాను. వెచ్చగా ఉంది. కనులు మూసుకున్నాను. దూరంగా ఏదో రైలు వేగంగా వచ్చి ముందుకు వెళ్ళిపోయిన శబ్దం. నిశ్శబ్దం. అడుగుల సవ్వడి. కాలిమువ్వల సందడి. మల్లెలు, కనకాంబరాలు, సంపెంగలు కలగలిసిన వాసన. నా రోజాకు ఇష్టమైన పూల కాంబినేషన్ ఇది. నా ప్రక్కనకూర్చుంది.

“ఏంటి నిద్రపోతున్నారా?”

“లేదు. నీకోసమే ఎదురుచూస్తున్నాను.”

"మంచు ఇంతగా కురుస్తున్నది. జలుబు చేయదూ!”

"చేయదు. ఇదిగో నిన్ను ఇలా కప్పుకుంటాను" అని ఆమె నడుంచుట్టూ చేయివేసి మీదకు లాక్కున్నాడు.

"ఛీ,ఛీ, పదిమంది తిరిగే చోటు. సిగ్గు లేదు." రోజా చిరుకోపంగా అన్నది కాని, లేచే ప్రయత్నం కాని, ప్రక్కకు జరిగే ప్రయత్నం కాని చేయలేదు. మరింతగా దగ్గరకు జరిగింది.

"పెళ్ళికి పూర్వం కూడా మనం ఇటువంటి ప్రయాణాలు చేశాం. నాతో రావటానికి నీకు భయం వేయలేదా?" ఆమె జడలోని పూలదండతో ఆడుతూ అడిగాను

"భయమా, ఎందుకు?" రోజా అమాయకపు ప్రశ్న.

ఆమె ముఖంలోకి చూశాను.

విశాలమైన కళ్ళు, కళ్ళపైన పెద్దవైన నల్లని కనుబొమ్మలు, కనులలో అనంతమైన భావాలను క్షణంలో పలికించగల నైపుణ్యం రోజాకు ఉంది.

అలక, కోపం, ముద్దు, చిలిపితనం, హాస్యం అమాయకమైన మొహానికి ఆ కళ్ళు మరింత అందాన్నిచ్చాయి. చిన్న పెదవులు నవ్వితే సొట్టలు పడే బుగ్గలు. తలనుంచి ఒకపాయ నుదుటిన పడిన జుత్తు. పెద్ద జడ. వంకీలు తిరిగిన జుత్తు. కళగల మొహం.

"నా ప్రశ్నకు సమాధానం ఇవ్వకుండా ఏమిటో ఆలోచన?" రోజా ప్రశ్న.

"ఇప్పుడంటే భార్యవి. కాని అప్పుడు ప్రియురాలివి. నేను నిన్ను వివాహం చేసుకుంటానో, లేదో. కట్నానికి ఆశపడి ఇంకొకర్ని చేసుకొంటే..." ఆగాను.

ఆమె నామీద నుంచి లేచి ముత్యాల ముగ్గు సినిమాలో పడవలో కూర్చున్న కొత్త పెళ్ళికూతురు గెటప్ లో ఉన్న సంగీతలాగా కూర్చుంది. కాళ్ళపైన ముఖాన్ని ఆన్చీ, "మీ మొహాన్ని ఎప్పుడైనా అద్దంలో చూసుకున్నారా?"

"అదేం ప్రశ్న. తల దువ్వుకున్న ప్రతీసారి అద్దంలో చూసుకుంటాను కదా!"

సరోజ విరగబడి నవ్వుతున్నది. నాకు ఉక్రోషం వచ్చింది.

నవ్వి, నవ్వి తెప్పరిల్లిన తరువాత, "అదికాదు మహానుభావా! నీ మొహంలో ఇతరులను మోసగించే గుణం లేదు. అదీ సంగతి" నేను అదాటున లేచి ఆమెను పూర్తిగా ఆక్రమించుకున్నాను. ఆమె నన్ను భద్రంగా అల్లుకుంది.

మిత్రమా! నేనంటే ఎంత నమ్మకం నీకు. మనసులోని భావాలను అందంగా మాటల రూపంలో చేర్చి నా హృదయంలో మహోన్నతమైన స్థానాన్ని సంపాదించుకున్నావు. మనిషిని మనిషే నమ్మలేని వర్తమాన కృత్రిమ విలువల సమాజంలో నాపైన ఎంతనమ్మకం. కొమ్మపైన పూచే గులాబీకి తన అస్తిత్వపు సమయమెంతో తెలియకపోయినా అందంగా వికసిస్తుంది. అమాయకంగా కొమ్మను నమ్ముతుంది. ఆ నమ్మకం ప్రకృతిలో ఉంది.

ఒక మనిషి మహోన్నతుడిగా సమాజంలో స్థిరత్వం పొందడానికి కారణం, అతను ఇతరులపైన ఉంచుకున్న నమ్మకం.

చాలు. ఈ జన్మకు ఈ మాట చాలు.

కంటినుంచి జారిన వెచ్చని కన్నీరు ఆమె భుజంపైన పడి, జాకెట్ పైన ఇంకిపోయాయి.

నన్ను ముందుకు నెడుతూ, "ఏంటండీ చిన్నపిల్లాడిలా? ఇంత సెన్సిటివ్ అయితే భవిష్యత్ లో నా కొంగున కట్టుకుని ఆడిస్తా జాగ్రత్త!" ఆమె మొహంలో అదే చిరునవ్వు.

"ఇంతకీ మనం వచ్చిందిహనీమూన్ కా... ఇలా..." ఆమె మాటలు పూర్తికాకుండానే, ఆమెను నా బాహువుల్లో బంధించాను. ఆమె నడుం చుట్టూ నా చేతులు అలా అలా ఆడించాను. ఆమె నన్ను లతలా అల్లుకుపోతున్నది.

క్షణాలు చల్లగా, మెల్లగా గడుస్తున్నాయి. ఇద్దరం దూరంగా పొదల మాటుకు చేరుకున్నాం.

వెన్నెల హాయిగా ఉంది. గరిక నేల పరుపు మెత్తగా ఉంది.

ఆమె పైన నేను. ఆమెలో నేను. నాలో ఆమె.

ఆవేశం ఉరకలు వేస్తున్నది. ఉడుపులు వేగంగా తొలగించబడుతున్నాయి. వెన్నెల ఆమె శరీరంపై పడి పచ్చని శరీర రంగుపై నగ్నంగా పరావర్తనం చెందుతున్నది.

కొన్ని క్షణాల తరువాత, "అయినా వందలకు వందల రూమ్ రెంట్ ఇచ్చి ఇదేమిటండీ ఇలా" ఆమె ముఖంలో ఆనందం, ఉద్వేగం.

ఇరుకు గదులు, మురికి మంచాలు, ఇవ్వలేని హాయి ఇదిగో ఈ మంచులో తడిసిన గరిక నేల ఇస్తుంది. అయినా ప్రకృతిలోని స్వచ్ఛత, నీలోని వెచ్చదనం కలిస్తే..." నామాటను పూర్తికాకుండానే తన పెదవులతో నా పెదవులను మూసేసింది. క్షణం తరువాత,

"మిమ్మల్ని కదిలిస్తే చాలు. పడతికి, ప్రకృతికి మధ్య వర్ణనా భేదం చేస్తారు"

"అబ్బో, నీకు ప్రాస, భాష, వస్తున్నదీ!"

"సావాస దోషం." సావాస అనే పదం దగ్గర ఒత్తి పలుకుతూ....

"మన దుస్తులను ఇంకా యథాస్థానాలకు పంపుదామా" అంది తనే మళ్ళీ

"పోనీలెద్దూ, పుట్టినప్పుడు,గిట్టినపుడు ఎలాగూ ఉండవు కదా! ఈ కొద్ది క్షణాలు మాత్రం ఎందుకు?" అన్నాను. ఆమె నడుం చుట్టూ చేతులు వేస్తూ 'మరోసారి' అన్నట్టుగా నా వైపుకు లాగాను. "నిద్ర వస్తున్నది. పోదామండి"

"మంచు,.. చలిగాలి. రేపు ఇంకా చూడవలసినవి కూడా ఇప్పుడే చూసేస్తే పోలా"

"బాగుంది సంబడం. నయం. పెళ్ళికి ముందు ఈ హుషార్ చూపించలేదు. బ్రతికిపోయాను" అంది మూతి మూడు వంకర్లు త్రిప్పుతూ.

"అవును గాని అప్పుడు నాకుందుకు తట్టలేదు? ఈ విషయం"

"నా అదృష్టం బాగుండి"

ఇద్దరం లేచాం. నా నడుం చుట్టూ ఆమె, ఆమె నడుం చుట్టూ నా చేతులతో ముందుకు నడిచాం.

రాత్రి చాలా భాగం గడిచిపోయింది. సన్నని దగ్గు వెనుక నుంచి వినిపించింది. నేను గతం నుంచి వర్తమానంలోకి వచ్చాను. ఆలోచనలతో నాకు ఆసుపత్రి వాతావరణం గుర్తుకు రాలేదు. మందుల వాసన, ఏదో తెలియని గంభీరమైన వాతావరణం.

కుర్చీ నుంచి లేచాను. నా భార్య మంచం దగ్గరకు వెళ్ళి ఆమె ముఖంలోకి చూశాను. చిన్నా పెద్దా కాని బొట్టు, కావిరంగు చీర, దానిపైన కుంకుమరంగు జాకెట్, మెడలో నుంచి బయటపడి ప్రక్కకు జారిన మంగళసూత్రాలు,

చెదరిన పైట, నుదుటిన జారిన జుత్తు. కొద్దిగా కొద్దిగా క్రిందకు చూశాను. ఎత్తుగా మరోజీవి ప్రస్థానానికి ఆశ్రమంగా ఉంది. రోజా కళ్ళలో గర్వం. ముఖంలో 'ఇదీ' అని చెప్పలేని ప్రశాంతత, ఆనందం.

తొలి కాన్పు. స్త్రీకి ఎంతటి గర్వాన్ని ఇస్తుంది.

ఆమె నుదుటిపైన మెల్లగా చుంబించాను. ఆమె నా చేయిని పట్టుకొంది. ప్రక్కన కూర్చోబెట్టుకుంది, మంచం పైన. ఆమె ప్రక్కన నా చేతిలో ఆమె చేతిని ఉంచుకుని కూర్చున్నాను. "భయంగా ఉందండి" ఆమె కళ్ళలో భయం.

"ఎందుకు భయం. బ్రహ్మాండమైన ఆసుపత్రి. డబ్బు పారేస్తే క్షణాల్లో సమస్త సౌకర్యాలు కూర్చుతారు. డాక్టరును పిలవమంటావా?"

"వద్దండి. మీరలా ప్రక్కన కూర్చోండి"

"సరే. నీవలా ఏ ఆలోచనలు పెట్టుకోకుండా, హాయిగా నిద్రపో" ఆమె కనులు మూసుకుంది.

ఆమె నిద్రపోయిందని నిర్ధారించుకున్న తరువాత, నేను మరలా కిటికి దగ్గర నా వాలు కుర్చీ వేసుకుని కూర్చున్నాను.

చంద్రుడు ఆకాశంలో సగమే ఉన్నాడు. కిటికిలో నుంచి వెన్నెల ఏటవాలుగా గదిలో పడుతున్నది. నగరంలో వెన్నెల, వేశ్య చిరునవ్వు, ఎందుకో వాటికి విలువలేదనిపించింది. అసంగతమైన భావాలు.

చేతిలో వున్న 'వాక్మన్' ఆన్ చేశాను. హరిప్రసాద్ 'అవుట్ ఆఫ్ ది బ్లూ' సన్నగా వినిపిస్తున్నది. కాళ్ళు గోడకు ఆనించి కనులు మూసుకున్నాను. మానసిక రోగాలను నయంచేసి స్వస్థత చేకూర్చే గుణం రాగాలకు ఉంది.

"మాష్టారు! బయటకు వెడతారా? ఆమెకు నొప్పులు వస్తున్నాయి" నర్సు తొందరచేస్తున్నది.

నేను గబగబ లేచి, వాక్మన్ ను గూటిలో ఉంచి, ప్రక్కగదిలోకి నడిచాను. వెళ్ళేముందు మరోసారి ఆమెకు ధైర్యం చెప్పి, నర్సును కాస్త వెనుకకు తిరగమని చెప్పి, నా భార్య బుగ్గపై ముద్దిచ్చాను. విషయం గ్రహించిన నర్సు నావైపు తిరిగి నవ్వింది. నేను బయటకు నడిచాను.

నా వెనుకే తలుపులు మూయబడ్డాయి. దాదాపు అరగంట తరువాత, "మాష్టారు ఆడపిల్ల..." నర్సు చెప్పింది. నేను చూడవచ్చునని కూడా చెప్పింది. గదిలోకి ప్రవేశించాను. మరో జీవి ఈ లోకంలోకి రాగానే తన ఉనికిని తెలియజేస్తుంది గామోసు.

నా భార్య ప్రక్కన కూర్చున్నాను. ఆమె కళ్ళలో మెరుపు. నన్ను మెచ్చుకోలుగా చూసింది. నా చేతిని తన చేతిలోకి తీసుకొని ముద్దు పెట్టుకుంది.

ఎందుకింత ఆనందం, పారవశ్యం?

" అరకు లోయలో మీపై వెన్నెల పడినప్పుడు ఎలా మెరిసిపోయారో, పాప అలా మెరిసిపోతోంది గదూ!" అంది రోజా.

నేను నిండుగా నవ్వాను. మేము గడిపిన మధుర క్షణాలను మా మధ్య శాశ్వతంగా మిగల్చడానికి ఈ భూమిపై అవతరించిన, మా పాపను చూస్తూ కూర్చుండిపోయాను. రోజా నా చేతిని గట్టిగా పట్టుకున్నది. ఆమె ముఖంపై చిరునవ్వు ఆనాటి వెన్నెల్లా మెరుస్తోంది.

పగటి వేషాలు

ఆర్టీసీ బస్టాండ్ రద్దీగా ఉంది.

దీపావళి సెలవులు కావటం వల్ల జనం బస్సుల కోసం ఎదురు చూస్తున్నారు. కావలసిన బస్సు రాగానే అందరూ గబగబా దాని చుట్టూ మూగుతున్నారు. క్యూలో నిలుచోవటం వంటివి మనకు సరిపడవు కదా! అయినా చేరవలసిన గమ్యానికి సాధ్యమయినంత త్వరగా చేరుకోవాలనే తపన అందరికీ ఉంటుంది. మన దేశంలో రూల్సు, నీతి, నిజాయితీ, క్రమశిక్షణ వంటి అంశాలకు అంతగా ప్రాముఖ్యత లేదు. అవన్నీ పుస్తకాలలో అని సామాన్య జనం నమ్మి వాటిని ఏనాటి నుంచో ఆచరించడం మానేశారు. అప్పుడప్పుడు మంత్రులు, ప్రభుత్వాధికారులు మాత్రం అవినీతి, చెడు వంటి వాటిని చీల్చి చెండాడుతామని ప్రకటనలిస్తారు. ఇది చదివి సదరు అధికారులు, మంత్రులు సిబ్బంది విరగబడి నవ్వుకుంటారు.

“చేతిలో చెయ్యేసి చెప్పు బావా... చేసుకున్న బాసలు... చెప్పుకున్న ఊసులు.... చెరిపివేస్తానని, మరచిపోతానని...”

చిడతలు వాయిస్తూ అడుక్కోటానికి నా దగ్గరకు వచ్చి, చేతులు నా ముఖం దగ్గర ఊపుతున్న వాడి 'గోల'కు ఆలోచనల నుంచి ఈ లోకంలోకి వచ్చాను..

వాడి వేషం చిత్రంగా ఉంది.

భుజాలు దగ్గర నుంచి కాళ్ళ వరకూ ఒకటే పొడవాటి చొక్కా, మాసిపోయి ఉంది. ఒక కాలికి 'బాటా' చెప్పు, మెడలో ఏదో పార్టీ గుర్తు ఉన్న మఫ్లర్. ముఖానికి నీలం, గులాబీ, తెలుపు పౌడర్ల మిశ్రమం పూసుకున్నాడు. రెండు కాళ్ళ మీద అటూ ఇటూ గెంతుతూ చిడతలు వాయిస్తూ ‘చేతిలో చెయ్యేసి చెప్పు బావా...' చిత్రాతి చిత్రంగా కంఠాన్ని అటు ఆడా కాక, ఇటు మగా కాని రీతిలో తిప్పుతూ పాడుతున్నాడు.

నాకు తోచింది నేను అతని చేతిలో వేశాను.

బస్సింకా రాలేదు. నేనొచ్చి దాదాపు అరగంటపైనే గడిచిపోయింది. నాకు అంత త్వరగా చిరాకు కలగదు. ఎందుకంటే బస్సు, రైల్వే స్టేషన్లలో జనాలను చూస్తూ వారిని నిశితంగా పరిశీలిస్తూ నా కథలకు ప్లాట్స్ ను వారి నుంచి స్వీకరిస్తూ గంటల తరబడి గడపడం నాకలవాటే. కనుక బస్సెంత ఆలస్యంగా వచ్చినా నాకు వచ్చిన నష్టంలేదు.

ఇంతలో, ఒక విద్యార్థిని బహుశా ఇంటర్మీడియట్ చదువుతూ ఉండవచ్చు.నా ప్రక్కన కూర్చుంది.

చేతిలో పుస్తకాలు. పుస్తకాలపైన టిఫిన్ బాక్స్, పొందికగా కూర్చుంది. నా వైపు ఒకసారి చూసింది. నా వయసు ప్రమాద స్థాయిని దాటిన వయస్సు అని గ్రహించి నిశ్చింతగా నన్ను తగులుతూ మరీ కూర్చుంది. దాదాపు పదినిమిషాలు గడిచిపోయాయి.

ఒకబ్బాయి హిందీ సినిమాలో హీరోలాగున్నాడు. బుగ్గల వరకు త్రిభుజాకారంలో ఉన్న చెంపలు, నల్లని జీన్ ఫ్యాంట్ పైన నీలంరంగు ఆఫ్ చేతులు టీ షర్ట్. పెద్ద బెల్టు, పెద్ద హైహీల్స్. అతను కూడా బహుశా ఇంటర్మీడియట్ చదువుతున్నట్టు ఉన్నాడు. అతనొచ్చి ఆమె పక్కన కూర్చున్నాడు. ఆమె, అతను మాట్లాడుకుంటున్నారు. వారెంత మెల్లగా మాట్లాడుకుంటున్నా అవి నా చెవిన పడుతూనే ఉన్నాయి.

'నిన్న సినిమా హాల్ దగ్గర ఉండమన్నాను. లేవు. బొత్తిగా నా మీద నీకు ప్రేమ లేదుకదా' అతను. 'నేను చెప్పిందేమిటి, నీవు చేసిందేమిటి. నిన్న నా పుట్టిన రోజు, నాకిష్టమైన గులాబీరంగు చుడిదార్ తెమ్మన్నాను. తెచ్చావా? తిరిగి నీవన్న చెత్త సినిమాకు నేను రాలేదని నింద ఒకటి. అయినా ఈ మధ్య నీవు మారిపోయావు" ఆమె ఏడుస్తున్నట్లుగా ముక్కు ఎగబీల్చింది...

'ఏడవకు. ఏం చేయమంటావ్ చెప్పు. మా నాన్నకు ఎన్నో అబద్ధాలు చెబితే కాని సినిమాకైనా డబ్బులు దొరకలేదు. చుడీదార్ కొనడమంటే ఎంత కష్టమో. నీవే ఆలోచించు. అయినా ప్రేమంటే చుడీదార్లు కొనడమేనా' అతని గొంతులో గొప్ప 'అవకాశం' మిస్ చేశావనే బాధతో కూడిన నిష్టూరం ఉంది.

'సర్లే కాని ఓ ఇరవై రూపాయలుంటే సర్దగలవా? జ్వరంగా ఉంది. డాక్టర్ దగ్గరకు వెళ్ళాలి' ఆమె

దానికి అతను కరిగిపోయి గబగబా ఆమె తలపై నుదుటిపైన చేతులుంచి 'నిజమే సుమా! ఇదిగో ఇరవై రూపాయలు' అంటూ పర్స్ తీసి అందులో ఉన్న కాస్త డబ్బును ఆమెకిచ్చేశాడు.

ఇంతలో ఆమె ఎక్కవలసిన బస్సు వచ్చింది. ఆమె గబగబా బస్సు ఎక్కింది. కిటికీ పక్కన సీటులో కూర్చుంది.

ఇతను ఒక ఐస్క్రీమ్ తెచ్చి ఆమెకిచ్చాడు.

బస్సు కదిలింది. ఆమె చేతులూపింది. గాలిలో 'కిస్' పాస్ చేసింది.

అతను దానిని అందుకున్నట్లుగా 'నటించాడు.'

బస్సు వెళ్ళిపోయింది. ఆమెను తీసుకువెడుతూ.

ఆ యువకుడు మరలా నా దగ్గరకు వచ్చి కూర్చున్నాడు. అడగలేక ఆసక్తిగా అతనిని మాటల్లో పెట్టాను "ఏం చదువుతున్నావ్ బాబూ...' అడిగాను.

అతను నా వైపు చిరాకుగా చూశాడు. బంకలాగ ఉన్నాడే అనుకున్నాడు కామోసు. నేను వదలదలచుకోలేదు.

'ఆ అమ్మాయి ఎవరు..." ఈ మాటతో అతనికి ఉత్సాహం వచ్చింది.

" నా గర్ల్ ఫ్రెండ్. గర్వంగా చెప్పాడు"

'ప్రేమించుకుంటున్నారా?'

'అవునండి. గత రెండు సంవత్సరాలుగా ప్రేమించుకుంటున్నాం. కాని ఎప్పటికీ పడటం లేదు. ఖర్చు మాత్రం పెరిగిపోతుంది. సుఖం మాత్రం లేదు'

'సుఖం' అంటే ఏమిటో? 'అయితే పెళ్ళి చేసుకోకూడదూ...' అన్నాను.

"అమ్మో పెళ్ళా?ఉద్యోగం, సంపాదన అదిలేకుండా. ఆమె కులం వేరు. మా కులం వేరు. డబ్బు కూడా లేదు. వాళ్ళ నాన్న గుమస్తా. మా నాన్న ఎమ్మార్వో, ఏదో చేప గాలానికి తగలక పోతుందా, కొంతకాలం జరగక పోతుందా అని తాపత్రయ పడుతుంటే గొప్ప పతివ్రతలా ఫోజు"

"మరి ప్రేమా అదీ?"

"ఆ! ప్రేమా దోమా జాన్తానయ్. నా ఫ్రెండ్స్ అంతా నాకొక్కరైనా గర్ల్ ఫ్రెండ్ లేదని వెక్కిరిస్తుంటే ఇదిగో దీన్ని సెట్ చేసుకున్నాను. అయినా ఈ రోజుల్లో ప్రేమలు లేవండి. ఉన్నవన్నీ అవసరాలు తీర్చుకోవడం కోసం మార్గాలే. ఇందుకోసం ఎవరి మటుకు వారు డ్రామాలాడుతాం. అంతే".

అతనిని మరి కదపదల్చుకోలేదు. ప్రేమను బస్టాండ్ స్థాయికి దిగజార్చి, దాని గురించి ఇంత చీప్ గా మాట్లాడుతుతున్న ఆ యువకునితో మాటలు అనవసరం అనిపించాయి.

ఇంతలో మరో అమ్మాయి వచ్చింది. ఈమెను కూడా అతను ప్రేమిస్తున్నానని కబుర్లు చెప్పాడు. మొదటి అమ్మాయితో చెప్పిన మాటలనే 'మరలా' వినిపించాడు. కాకపోతే ఒకటే తేడా. ఈమెకు చీర కొనటం కోసం ఇద్దరూ కలిసి బజారు వైపుగా వెళ్ళిపోవడం, ఓ కొసమెరుపు.

ప్రేమంటే ఎంతగా చవకగా మారింది వీరికి. అసలు వీరి దృష్టిలో ప్రేమంటే శారీరక అవసరాలను తీర్చుకోవటంలాగుంది. ఆకర్షణకు 'ప్రేమ' పేరు పెట్టి సరదాలు తీర్చుకోవడం ఎంత దారుణమైన విషయం. అయినా తప్పు వారిది కాదు. స్నేహితులు, సినిమాలు, టీవీ సీరియల్స్. ఇవి వారిని పెడతోవను పెట్టిస్తున్నాయి. ఇంట్లో పెద్దవారికి సహితం వీరిని గమనించి సక్రమమైన దారిలో పెడదామన్న ఆలోచన కలగకపోవటం విచిత్రం. విచారకరం. ఎవరి పిల్లల పైన వారి అతి నమ్మకం ఉండటం సహజమే. కాని వయస్సొచ్చిన పిల్లల దైనందిన చర్యలను గమనించవలసిన అవసరం లేదా? నేనెక్కవలసిన బస్సు రావడంతో బస్సెక్కాను.

బస్సు కదిలింది.

కిటికీ పక్కన సీటు దొరకటంతో ప్రాణానికి హాయిగా ఉంది.

ఇంతలో బస్సు సడన్ గా ఆగింది. రైలు రాకను సూచిస్తూ గేటు వేసుంది. నేనెక్కిన బస్సు ముందు ఎన్నో బస్సులు, లారీలు నిలిచి ఉన్నాయి.

నేను బస్సు దిగి అలా రైల్వే ట్రాక్ వరకు నడిచాను. అక్కడ ఓ కొబ్బరి బోండాలు అమ్ముతున్న దుకాణం దగ్గర నిలబడిన జంట నన్ను ఆకర్షించింది.

వారి దగ్గరకు వెళ్ళాను. వారి పక్కన నిలబడి నేను కూడా ఓ బోండాం అడిగి కొట్టించుకొని నెమ్మదిగా తాగుతున్నాను.

నా ప్రేమ సంగతి ఏం చేశావ్? ఆ యువకుడి అభ్యర్ధన. "నాకు చేయిస్తానన్న చైన్ సంగతి ఏం తేల్చావ్" ఆమె అధికార స్వరం.

డబ్బులు కోసం చూస్తున్నాను. నా మిత్రుడ్ని అడిగాను. రేపు ఇస్తానన్నాడు. ఎల్లుండికల్లా రెడీగా ఉంటుంది. "సరే ఇంతకీ ఆ గొలుసుతో ఎక్కడ కలుసుకుందాం".

'ఎక్కడ' అనే పదంలో ఎన్నో అర్థాలు. అతని మాటకు ఆమె సిగ్గు పడింది. అతని బుగ్గ మీద సుతారంగా చిటికె వేసింది. అవును మరి బంగారం చైన్ కదా మరి బహుమానం. ఇద్దరూ చేయీ చేయీ కలుపుకొని బస్సు దగ్గరకు వెళ్ళారు. వాళ్ళ వెనుకనే నేను కూడా.

బస్సులో మాత్రం ఇద్దరూ ఒకే సీటులో కూర్చోలేదు. తెలివైన వారే.

నేను నా సీట్లో కూలబడ్డాను.

యువతలో ప్రేమంటే ఎంత గౌరవం, ఎంతటి విలువ ఉన్నాయో నాకర్థమయింది. దేవదాసు, మజ్నూలకు ఎంత బుద్ధి లేదు. వారెంతటి బుద్ధిహీనులు.

అయితే ఒక్క విషయం మాత్రం నన్ను ఆనందపరిచింది. ప్రేమ పేరుతో ఎవరో నూటికి ఒకరు తమ భవిష్యత్తును నాశనం చేసుకుంటున్నారు. కాని దాదాపుగా తొంభై శాతం యువతీ యువకులు ప్రేమకన్నా 'కెరీర్' మిన్న అని భావిస్తున్నారు. ప్రేమ అనేది ఓ ఎంటర్టైనరని వారి ఉద్దేశం. ఇదీ ఒకందుకు మంచిదే. ఇంతకూ నేను రైల్వే గేటు దగ్గర చూసిన 'బంగారు గొలుసు'ను కోరిన అమ్మాయి ఎవరో చెప్పనే లేదు కదూ.

ఆర్టీసీ కాంప్లెక్స్ లో యువకుణ్ణి 'గులాబీ రంగు చుడీదార్' కోరిన అమ్మాయే.

ఎవరో సినీ కవి అన్నట్టు 'ఎవడన్నాడండీ బాబూ... భారతదేశం ముందుకు పోవడం లేదని...!

నిజమే కదా...

బస్సు కదిలింది.

నాకెందుకో ఇందాక ఆర్టీసీ బస్టాండ్లో కనిపించిన పగటి వేషగాడే గుర్తుకు వస్తున్నాడు.

ఒకరినొకరు ప్రేమ పేరుతో మోసం చేసుకుంటూ తమ అవసరాలు, ఆనందాలను, కోరికలను తీర్చుకుంటున్నారు. వారు వేస్తున్నవి వేషాలే.

భుక్తి కోసం ఆకలి తీర్చుకోవడం కోసం ఎవరినీ మోసం చేయకుండా, తనను తాను వంచించుకోకుండా, తనకు తెలిసిన భాషలో, తనకు తెలిసిన వేషంలో అడుక్కోవడం.

నా దృష్టిలో ఎంతో చదువుకున్న పగటి వేషాలు వంటి పాత్రలతో న..టి..స్తు..న్న యువతీ యువకుల కంటే ఆ పగటి వేషగాడే నయం. మీరేమంటారు?

రాకోయీ... అనుకోని అతిథి

"వస్తాను, బస్సుకు సమయం అవుతున్నది. ఇప్పుడు బయలుదేరితే మన ఊరు చేరేసరికి రాత్రవుతుంది. వస్తానమ్మా" అంటూ మామయ్య చేతి సంచితో ముందుకు కదిలాడు. మామయ్యతో నేను కూడా బస్టాండ్ వరకు వస్తానని బయలుదేరాను. మా ఇద్దరికి నా భార్య వీడ్కోలు ఇవ్వటానికి అన్నట్టుగా గుమ్మం వరకు వచ్చి అక్కడ నిలబడింది. మేము ముందుకు కదిలాము.

మామయ్య మాటలతో నేను 'గిల్టీ' ఫీలయ్యాను. ఇందుకు కారణం ఉంది. అదే చెబుతాను.

మా మామయ్య ఒక్కగానొక్క కుమార్తె సరోజ. సరోజ అంటే నాకు చిన్నతనం నుంచి ఎంతో ఇష్టం. మామయ్య, మా నాన్న గారు పోయిన తరువాత మా కుటుంబానికి ఆప్త బంధువుగా మారిపోయాడు. నేను చదువుకుని టీచర్ ట్రైనింగ్ పూర్తిచేసి ఇదిగో, ఈ నగరంలో ఉద్యోగం సంపాదించుకున్నాను. అయినప్పటికీ పుట్టి పెరిగిన ఊరును వదలి రావటం ఇష్టం లేని మా అమ్మ, మామయ్యలు పల్లెలోనే ఉండిపోయారు. మాకున్న కాస్త పొలం పనులు, వ్యవసాయం, ఆదాయ వ్యయాలు మొత్తం కార్యక్రమాలన్నీ మామయ్యే చూసుకుంటూ మా అమ్మకు ఆర్థికంగా, మానసికంగా కూడా ఆసరాగా ఉంటున్నాడు. నేను మాత్రం సరోజతో వివాహం చేసుకొని నగరానికి వలస వచ్చేశాను.

మా వివాహం జరిగి కేవలం నాలుగు నెలలే అయింది. ఇంతలో మా మామయ్య రెవిన్యూ ఆఫీసులో ఏవో కాగితాలు కావాలంటూ వచ్చి రెండు రోజులున్నాడు. అతను వచ్చినందుకు సంతోషంగానే ఉంది. కాని ఇలా అర్థాంతరంగా వెళ్ళిపోతానంటేనే నాకు గిల్టీగా ఉంది.

ఇందుకు కారణం, రెండు రోజుల క్రితం జరిగిన సంఘటన.

ఆకాశం నిర్మలంగా ఉంది. చందమామ నిండుగా, వెన్నెల చల్లగా, హాయిగా ఉంది. దూరం నుంచి రేడియోలో వస్తున్న 'ఎచటి నుంచి వీచెనో ఈ చల్లని గాలి...' అనే పింగళి వారి పాట మాధుర్యం గాలిలో అలలు, అలలుగా వచ్చి చెవికి హాయిగా సోకుతున్నది. సంపెంగల వాసన, చందమామ వెన్నెల, మెత్తని పక్క. ఓహో సరోజ ఇంకా రాదేమి? ఎంతసేపని నిరీక్షణ? రాత్రివేళ, అందునా క్రొత్తగా పెళ్లయితే భార్యకోసం వేచిచూడటం, నిజంగా దుర్భరంగా తోస్తుంది. ఈ ఆడవాళ్ళు మరీను. తనకోసం భర్త పడిచస్తున్నాడంటే మరీ బెట్టు చేస్తారు, ముఖ్యంగా ఇటువంటి సమయాలలో.

ఓహో.. స్త్రీలు, నిజంగా మీకు జోహార్లు. భగవంతుడా! నీవు నిజంగా దయామయివోయీ. రోజల్లా అలసిన మగవారికి అలసటను తగ్గించే ఓ మానసిక థెరపిని కనిపెట్టిన నీకు లక్షలాది నమస్కారాలు సుమా! సంసారంలో భార్యాభర్తలు ఒకరికోసం ఒకరు అనే విధంగా అల్లుకుపోతే, ఇన్ని మానసిక చికిత్సాలయాలు, ఇంతమంది మానసిక నిపుణులు అనవసరం కదా!

నా ప్రక్కన గాజుల సవ్వడి. నా గుండెల పైన వెచ్చని స్పర్శ. కళ్లు తెరిచాను. నా ముఖానికి తన ముఖం ఆన్చి, నా గుండెలపై తన గుండెలనుఉంచి , నా కళ్లలోకి ఆశగా, ఆర్తిగా, ఆత్మీయతగా చూస్తున్న సరోజా. ఒక్క క్షణం, మా ఇద్దరి కళ్లు సంభాషించుకున్నాయి. నేను ఆమెను గుండెలకేసి గట్టిగా అదుముకున్నాను. ఆమె ఆర్తిగా, ఆవేశంగా కళ్లు మూసుకుంది.

" కళ్ళు తెరు. నీలో నాకు నచ్చినవి ఏమిటో చెప్పనా?" "ఛీ, ఛీ. మాట్లాడకండి" ఆమె కళ్ళు తెరవకుండానే.

"ఏంటి? ఇంకా నేను ఏమీ చెప్పందే. అప్పుడే ఛీ....ఛీ....నా"

"మీరేమి చెబుతారో నాకు తెలుసు. గత నెల రోజులుగా చెబుతున్నదేగా" ఆమె మాటలో హస్కీనెస్ .

" అది కాదోయ్! నీ కళ్లను చూశాకే నీకు సరోజ అని పేరు పెట్టారా లేక నీకు పేరు పెట్టాకే నీ కళ్లను చూశారా అని"

"నిజంగా..." ఆమె పూర్తిగా నన్నాక్రమించింది.

"నిజంగానే! మిలమిలా మెరిసే చేపలలాగా, అచ్చమైన కలువలలాగా ఉండే నీ కళ్ళు, ఆ కళ్ళు చెప్పే భావాలు, నిజంగా నేను అదృష్టవంతుణ్ణి".

"కాదు. నేనెంత అదృష్టవంతురాలిని" ఆమె తన పని తాను చేసుకుపోతున్నది. నా పని నేను కూడా చేయాలి కదా!

"అది కాదు. భగవంతుడు రాత్రిని ఎందుకు కనిపెట్టాడో తెలుసా?" అన్నాను నేను, ఆమెను మరింతగా దగ్గరకు చేర్చుకుంటూ, చీరను తొలగిస్తూ.

"ఇందుకోసమా. బొత్తిగా సిగ్గు లేకుండా పోతున్నది" ఆమె నాకు మరింత సహకారం అందిస్తూ.

"భార్యాభర్తల మధ్య ఎందుకు సిగ్గు".

"మరెవరి మధ్యట సిగ్గు"

"మాయాబజారులో పింగళివారు ఏమన్నారో తెలుసా?"

"ఏం... అ... న్నా...రు"

" రసపట్టులో తర్కం పనికి రాదన్నారు" పట్టు అనే పదం నొక్కిచెబుతూ, ఆమెను మరింతగా పట్టుకుంటూ.

" బహుశా ఈ అర్థంలో ఆయన అని ఉండరు"

"సర్లే! మాటలతో కాలక్షేపం కన్నా చేతలతో, చేతులతో..." ఆమె నా నోటిని, తన నోటితో
మూసివేసింది.

వెన్నెల హాయిగా ఉంది. మద్దు పళని, కవిచౌడప్పు, శ్రీనాథుడు వంటి వారి ప్రబంధ శృంగార భంగిమలను నేను చూస్తున్నాను.

గాలి మాకు ఆటంకం కాదు. చంద్రునితో మాకు తగవులేదు. గచ్చునేల పట్టుపరుపు మాకు సుఖంగానే అమిరింది.

సంపెంగల వాసన అత్తరు కన్నా మత్తుగానే ఉంది. సన్నజాజులు మా క్రింద, మా మధ్య నలుగుతూ పుష్పవిలాపం ఆలపిస్తున్నాయి. నిమిషాలు క్షణాలుగా నలిగిపోతున్నాయి. అలిగి ముందుకు సాగుతున్నాయి.

చంద్రుడు సిగ్గుపడ్డాడు. మామీద నగ్నంగా కురవలేక మబ్బుల దుస్తులు ధరించాడు. మరి మేము, భార్యాభర్తల మధ్య శృంగారం ఇంతకన్నా ఎక్కువగా వివరించటం సభ్యత కాదేమో!

సరిగ్గా ఈ సమయంలో "రాముడు... రాముడు..." అనే పిలుపు వినిపించింది. మా ఇద్దరికి చిరపరిచితమైన గొంతు. సరోజ నాన్నది. మా మామయ్య గొంతది.

ముందుగా నేనే తేరుకున్నాను. గబగబా లుంగీ కట్టుకుని ఒక్క రెండు క్షణాలు ఆగి మేడపై నుండి క్రిందకు దిగి తలుపులు తీశాను.

"రా మామయ్య, ఏమిటి ఇంతరాత్రివేళ?" అన్నాను కొంత తడబాటును కప్పిపుచ్చుకుంటూ. ఇంతలో సరోజ వచ్చింది. దుస్తులు, తల అస్తవ్యస్తంగా ఉన్నాయి.

మామయ్య మా ఇద్దరిని తేరిపారా చూశాడు. అర్థం చేసుకొనే ఉంటాడు.

"రా, నాన్న. అక్కడే నిలబడిపోయావు. లోపలకు రా. భోజనం అయిందా? ఒక్కక్షణం ఆగు. కుక్కర్లో బియ్యం పడేస్తాను. కందిగుండ, ఆవకాయ అన్నీ సిద్ధంగా ఉన్నాయి. కొంచెం చారు కాస్తాను" అంటూ వంటగదిలోకి వెళ్ళబోయింది.

"వద్దమ్మా! నేను భోజనం చేసే వచ్చాను. ఇదిగో అరటిపళ్లు తెచ్చాను. ఓ రెండు నాకియ్యి. కొద్దిగా పాలుంటే ఇవ్వు. కాస్త చన్నీళ్ల స్నానం చేసి నిద్రపోతాను. ఉదయం మాట్లాడుకుందాం" అని బాత్రూంలోకి వెళ్ళాడు మామయ్య.

అలా మామయ్య లోపలకు వెళ్ళగానే, ఇలా సరోజ దగ్గరకు వెళ్ళి బుగ్గను ఎత్తుగా చేశాను. ఆమెకు తెలుసు ఎందుకో! చటుక్కున ఓ ముద్దు ఇచ్చింది. "పెద్దాయన ఉన్నారు. సిగ్గులేకపోతే సరి" అంది.

"సర్లే! ఆయన కూడా ఇవన్నీ చేయబట్టే, ఈ రోజు ఇలా చేయడానికి నీవు నాదగ్గరున్నావు. తెలిసిందా!" అన్నాను.

"గొప్ప తెలివే!" మూతి మూడు వంకర్లు తిప్పింది. ఆడవారిలో ఉన్న అదనపు ఆకర్షణ ఇదొకటి. "అదేంట్రా, ఇంకా అక్కడే నిలబడి ఉన్నారు?" అంటూ వచ్చాడు మామయ్య.

" అబ్బే, అదేంలేదు నాన్నా" అంటూ తుర్రుమంది నా ఇల్లాలు. ఆ వెంట నేను కూడాను.

మీదకు వెళుతూ ఆకాశంలోకి చూశాను. చంద్రుడు మబ్బులను తొలగించుకొని నిండుగా ఉన్నాడు. నన్ను చూసి అదే నా అవస్థను చూసి నవ్వుతున్నట్టుగా ఉన్నాడు.

తలదించుకొని గబగబా మేడపైకి చేరుకున్నాను. క్రింద నుంచి గిన్నెల శబ్దం వినిపించింది. ఎప్పుడో నిద్రలోకి జారిపోయాను.

ఆ తరువాత రెండు రోజులు రెండు యుగాలుగా గడిచాయి.

ఓ మధ్యాహ్నం సమయంలో స్కూలుకు సెలవుపెట్టి ఇంటికి వచ్చేసరికి, తండ్రీ కూతుళ్లు కబుర్లాడుకుంటూ ఉన్నారు.

మామయ్య అనుమానంగాను, సరోజ ఆనందంగానూ నా కళ్ళలోకి చూసారు. మరో రోజు ఉదయం, ఆరు గంటల సమయంలో, మా ఇద్దరిని చూడకూడని విధంగా మా మామయ్య చూశాడు.

ఆ తరువాత ఇదిగో, ఇలా, అర్థాంతరంగా పని అయిపోయిందని ఊరికి బయలుదేరాడు. "ఏంట్రా బస్టాండు వచ్చినా ఏమీ మాట్లాడవు. ఏంటి అంత ఆలోచనలు. ఏమైన డబ్బుకు ఇబ్బందిగా ఉందా? కావాలా? ఇంద. ఈ ఆరువందలు ఉంచు. కావాలంటే మొహమాటం లేకుండా ఉత్తరం రాయి. పంపుతాను. ఎందుకలా డల్ గా వున్నావు."

ఇక నేను ఆగలేకపోయాను.

"నన్ను క్షమించు మామయ్య. నీవున్న రెండు రోజులు కూడా నీ ఉనికిని గుర్తించకుండా మేమిద్దరం అలా" ఆపైన మరేమీ మాట్లాడలేకపోయాను.

నా భావాలను గ్రహించిన మామయ్య, "ఓరి పిచ్చినాయనా! దానికోసమా ఇంత బాధపడుతున్నావు. అయినా ఈతరం కుర్రాళ్లు మరీ సెన్సిటివ్ గా తయారవుతున్నారురా! ఆ విషయాలు నేను మరచిపోయాను. క్రొత్తగా పెళ్లయిన జంట మీరు. అయినా, మీరు చేస్తున్నది తప్పెందుకవుతుంది. మీ ఇద్దరు భార్యాభర్తలు. ఆమె నా కూతురు. ఛీ, ఛీ, నన్నింతే అర్థం చేసుకున్నావా? అయినా రాముడూ! మనమంతా మధ్యతరగతి మనషులంరా! మన బ్రతుకులలో ప్రైవసీ తక్కువ. దానిని కాపాడుకోవడానికి నిరంతరం బాధపడుతూనే ఉంటాం. కాని అందుకు సాధ్యం కాదు. మారుతున్న వ్యవస్థ, ఆర్థిక వనరుల లేమి, క్లిష్టమైన సాంఘిక పరిస్థితులు మన ప్రైవసీని నాశనం చేస్తుంటాయి. చివరకు క్రొత్తగా పెళ్ళయిన జంటని కూడా. నాకు తెలుసు, మీ మధ్యకు రాకూడదని. ఈ మహానగరంలో లాడ్జిలో ఉండి మూడు రోజులకు ఎలా లేదన్నా దాదాపు ఆరు వందలు అవుతుంది. అదే అయిన వాడింటికి అందునా, కూతురింటికి వచ్చి, ఆమె పెట్టిన అన్నం తిని, ఆనందం పొంది, మీ సంతోషాలలో భాగం పంచుకుని, మీ కష్టాలను గ్రహించి చేతనయిన సహకారం అందించే

అవకాశం ఉంది. ఆ లాడ్జీలకు పోసే డబ్బు నా కూతురు, అల్లుడికి ఇస్తే వారేదో నా గుర్తుగా కొనుక్కుంటే, పెద్ద ముండావాడిని, ఎంత సంతోషంగా ఉంటుందో! నీకు ఇప్పుడు అర్థం కాదురా! మీ ఇద్దరి మధ్య సాగే ఆ చిలిపి పనుల సరాగాలు, నేను ఒకప్పుడు చేసినవేరా కన్నా! ఏది ఏమైనా మరోసారి నీకు ఇబ్బంది కలిగించనులే. ఆ! అదిగో బస్సు వచ్చింది, వస్తాను. ఆ డబ్బులతో బట్టలు కొనుక్కోండి. ఇంకేమీ ఆలోచించి బాధపడకు. అమ్మాయికి కూడా చెప్పు. మీరు నా బిడ్డలురా. బిడ్డలు ఏం చేసినా నాకానందమే. నా దగ్గర ఎన్నోసార్లు అసలు బట్టలే లేకుండా ఆటలు ఆడుకున్నారు. నీకు తెలియకపోయినా, ఆ సరదాలు నేను మరువనురా! వస్తాను. మరోసారి మీకు ఇబ్బంది కలిగించేవిధంగా 'రాకోయీ... అనుకోని అతిథిగా' రానులే. చెప్పే వస్తాను"

బస్సు కదిలిపోయింది...

నా చేతిలో ఆరు వందల కాగితాలు నాకెంతో స్ఫూర్తినిస్తున్నట్టుగా, మా మామయ్య నా వెంట ఉన్నట్లుగా అనిపిస్తున్నాయి.

లౌక్యం తెలియని మనిషి...!?

మార్పు....

మార్పు అనే ఈమాటను గురించి జాగ్రత్తగా పరిశోధించాలి. ఒక ప్రయోజనాన్ని ఆశించినప్పుడు అది మార్పు అవుతుందా? ఒక ప్రత్యేక మార్గంలో, ఒక ప్రత్యేకమైన ఫలితం కోసమూ, తెలివిగా, హేతుబద్ధంగా అనిపించే ముగింపు కోసమూ జరిగినప్పుడు అది మార్పు అవుతుందా?

లేదు.

మార్పు ప్రకృతిలో, మానవ ప్రవృత్తిలో సహజాతి సహజం.

మయసభకు వెళ్ళి అవమానింపబడిన దుర్యోధనుడు మారకపోతే భారత కథ లేదు.

తన చెల్లెలుకు అవమానం జరిగిందని తెలియగానే రావణునిలో 'మార్పు' రాకపోతే రామాయణం లేదు.

రత్నాకరుడు నారదుని మాటలతో మార్పుచెందక పోతే 'వాల్మీకి' లేదు. రామాయణ మహాకావ్య రచన లేదు.

కనుక మార్పు అనివార్యం. “నేను మారలేదు. కాని నన్నెవరూ అర్థం చేసుకోవటం లేదు” అనే వ్యాఖ్యానం అర్థరహితం. అలా ఎవరైనా అంటే వారు అవివేకుల క్రింద లెక్క.

అయితే ఓ సంఘటన, అనుభవం, ఓటమి, భయం ఇవన్నీ మనిషిలో మార్పుకు హేతువులు. మార్పు తాత్కాలికం కావచ్చు. శాశ్వతం కావచ్చు. బహిర్గతం అంతర్గతం కూడా కావచ్చు. ఏది ఏమైనా మార్పు ఓ నిరంతర ప్రక్రియ.

ఇదంతా ఎందుకు చెబుతున్నానంటే మా రామనాథంలో వచ్చిన మార్పు నన్ను ఎంతో ఆశ్చర్యచకితున్ని చేసింది కనుక.

మా రామనాథం గురించి మీకు చెబుతాను.

“చూడు నీవు, నేనూ చిన్నతనం నుంచి అంటే ఊర్లోని రాజావారి బడిలో చదువుకున్న నాటి నుంచి మిత్రులు. ఈ రోజు నేను హైదరాబాద్ లో వ్యాపారం చేస్తున్నా ప్రతీ ఆరు నెలలకు నీ దగ్గరకు వస్తున్నాను. కాని నీవు ఒక్కనాడు కూడా నా దగ్గరకు రాలేదు. అయినా నేను ఎందుకు రాలేదు అని ప్రశ్నించలేదు, నీ సంగతి నాకు తెలుసు కనుక. కాని కాలం మన కోసం ఆగదు. కాలంతో పాటు మనమూ మారాలి. లేకపోతే బ్రతుకు సమరంలో అపజయాల పరంపర తప్పదు. గత వర్తమానాలను బేరీజు వేసుకుంటూ, భవిష్యత్

పునాదులు, లేదు వంతెన నిర్మించుకోవలసిందే. కాదనగలవా?" కాదన్నట్టుగా రామనాథం తల ఊపాడు. నేను మళ్ళీ కొనసాగించాను.

"నీ భార్య చనిపోయిన తరువాత ఓ సిద్ధాంతానికో లేదా నమ్మకానికో కట్టుబడి మరలా పెళ్ళి చేసుకోలేదు. ఈ కారణంగా నీ అనుకున్న వారంతా నీ మీద కోపంతో దూరమై పోయారు. అయినా నీ ధోరణిలో మార్పులేదు. కాని నీ కూతురు పెద్దదయింది. దానినో ఇంటిదాన్ని చేయాలి కదా! ఎల్లకాలం నీ దగ్గర ఉంచుకోవు, ఉంచుకోలేవు కదా! సంబంధాల కోసమైనా ఎక్కే గుమ్మం, దిగే గుమ్మం తప్పదు. మరటువంటప్పుడు నన్ను ముట్టుకోకు నామాల కాకి అంటూ ఊగిపోతే ఎలా!" మాటల కోసం ఆగాను. ఆయాసం వచ్చింది. అయినా నా మిత్రుడిలో చలనం లేదు. నిశ్శబ్దంగా అడుగులు వేస్తున్నాడు.

ఓ క్షణం మా మధ్య నిశ్శబ్దం.

నేను మరలా ప్రారంభించాను.

"చూడు. లౌక్యం నేర్చుకో. బ్రతకడం ముఖ్యం. నీ కోసం కాకపోయినా కనీసం కూతురు మొహమైనా చూడు. దానికో దారి చూపు. నీకంటూ ఏం మిగిలి ఉన్నాయి? నీ చివరి అంకం కూడా ముగింపుకు వచ్చింది కదా. అఫ్ కోర్సు. నేనూ అదే దారిలో ఉన్నవాడినే అనుకో. కనుక వర్తమాన కాలంలో హాయిగా బ్రతకాలంటే లౌక్యం ముఖ్యం. అది నీకు చేత కాదు. కనీసం ఈ దశలోనైనా నేర్చుకో. లేకపోతే నేర్చుకున్నట్టు నటించు. చెప్పాను కదా! కనీసం కూతురు పెళ్ళివరకైనా సరే". అతను నన్ను మధ్యలోనే ఆపాడు.

కూర్చున్న చెట్టుపైన పక్షుల కోసం ఉంచిన ఆహారపు తొట్టిమీద ఒక పది, పన్నెండు పిట్టలు వాలి కిచకిచలాడుతూ, ఒకటినొకటి నెట్టుకుంటూ గింజలు ఏరుకోవడానికి అవస్థపడుతున్నాయి. మరో పెద్ద పక్షి వచ్చి వాలేసరికి రెక్కలు టపటపకొట్టుకుంటూ అవన్నీ ఎగిరిపోయాయి. ఆ పెద్దపక్షి ఎగిరిపోగానే మళ్ళీ అన్నీ వచ్చి చేరాయి. మళ్ళీ కలకల రావాలు చేస్తూ, కొట్లాడుకుంటూ, కిచకిచమంటూ విపరీతంగా గోల చేస్తున్నాయి. రామనాథం నోరు విప్పాడు.

"చూడు, నా గురించి నీకు తెలియనిది ఏమి లేదు. చూసావా? ఆ పెద్దపక్షి వాలగానే చిన్న పక్షులు ఎలా ఎగిరి పోయాయో! నిజమే. నా కూతురు పెళ్ళి నాకు నిజంగా ఓ సవాల్. కాదనను. ఏదో నాకున్న ఎకరం నేల పండిస్తూ ఎటువంటి కోరికలు లేకుండా కాలం దొర్లించేసాను. ఇప్పుడు కాలం మారింది. మనం కూడా మారవలసిందే. నేను మార్పు అంటాను. నీవు లౌక్యం అంటున్నావు. ఏది ఏమైనా మన అవసరం తీరడం ముఖ్యం. అంతేకదా. ఆ పెద్ద పక్షి తనకు కావలసిన గింజలు ఏరుకొని వెళ్ళిపోగానే మరలా చిన్న పక్షులు వచ్చి చేరాయి. అంటే లౌక్యం అనే పెద్ద పక్షిలో నేను కూడా చిన్న చిన్న కోరికలు వదులుకొని, కూతరు పెళ్ళి అనే అవసరం తీర్చుకోవాలి అంతేకదా. సరే. ఇంతకూ లౌక్యం అంటే ఏమిటో నీవు చెప్పలేదు. మన అవసరం తీరడం కోసం, ఆహా మీరెంత అందంగా

ఉన్నారు, మీ ఇంట్లో సారీ పెరట్లో ఆవు ఎంత అందంగా ఉంది, మీ పిల్లి ఎంత ముద్దుగా ఉంది, మీ బర్రెలు ఎంత పుష్టిగా ఉన్నాయి, మీ కోడి భలే రంగుల్లో ఉంది సుమండీ అని పొద్దస్తమాను అందరి ఇంటి గుమ్మాల ముందు కొంగల్లాగా కూర్చుని పొగడమంటావు. అంతేనా! నా గురించి తెలిసిన వారు నాకు సహాయం చేయరంటావా? నా నమ్మకాలను నమ్మే వ్యక్తులు నా వెనుక ఉండరంటావా? సరే. ఉండరనుకుందాం. నేను ఒక్కసారి రాకపోయినా, అంత దూరం నుంచి అంత ఖర్చు చేస్తూ నా కోసం, నా కూతురి కోసం, నా క్షేమం కోసం నీవెందుకు తపిస్తున్నావు. ఆలోచించూ! సరే. నీ మాటను పాటిస్తాను. ఉనికి, అస్తిత్వాలకు భంగం రాకుండా లౌక్యంగా నటించడం నేర్చుకుంటాను. కాని, నా ఈ హఠాత్తు మార్పువలన నా పరిసరాలలో చులకన భావం, నాపట్ల ఏర్పడదంటావా?

ఓరేయ్, ఇంతవరకూ ఇలా సాగిపోయింది. ఇకమీదట కూడా ఇలాగే సాగిపోనిద్దాం. దైవనిర్ణయం ఎలా ఉంటే అలాగే జరుగుతుంది. కానీ, నీ స్నేహహస్తం మాత్రం నన్ను విడువకూడదు సుమా. ధనం ఎప్పుడైనా, ఎలాగైనా, ఎవరైనా సంపాదించగలరు. కాని, స్నేహితులను సంపాదించడం కష్టంరా. నీ వంటి స్నేహితులను సంపాదించడం మరీ కష్టం. అతని కళ్ళంట జలజల కన్నీరు కారింది. నేను మౌనంగా నడవసాగాను.

ఏం మాట్లాడతాం. ఎంతకని చెబుతాం.

"సరే. పద, లోపలకు పోదాం"

ఇద్దరం ఇంట్లోకి నడిచాం.

నేను, రామనాథం శ్రీకాకుళం జిల్లా ఉర్లాం సమీపంలో కామేశ్వర పేటలో ప్రాథమిక స్థాయి నుంచి స్నేహితులం. మా కులాలు వేరు కాని, అది మా ఇళ్ళలో కాని, మా స్నేహానికి గానీ అడ్డంకి కాలేదు.

సాయంత్రం కాగానే మేమిద్దరం, మాతోపాటు మరో ముగ్గురు మిత్రులు కలిసి రైల్వే బ్రిడ్జి క్రిందకు వెళ్ళి, యేటిలో బిళ్ళంగోడు ఆడుతూ, ఒడ్డున ఉన్న ఉర్లాం జమీందారు గారి మామిడి, జీడితోటల్లో పండ్లు, జీడిపిక్కలు దొంగిలించి, కాకి ఎంగిలితో తినడం ఓ మరుపురాని మధురమైన స్మృతి. మా నాన్నగారు దివాణంలో గుమాస్తాగా చేసేవారు. ఆ రోజుల్లో బడిపంతులు ఉద్యోగం అంటే పస్తులతో సహజీవనంగా ఉండేది. అటువంటి సమయాల్లో మా అమ్మగారు, వారి అవసరాలను నా ద్వారా తెలుసుకుని, దివాణం నుండి వచ్చిన సరుకులలో కొన్నింటిని వారింటికి పంపేవారు, జమీందారు గారు పంపారు అని చెప్పి. ఏరి అటువంటి మనుషులు వర్తమానంలో? ఏది ఏమైనా మా స్నేహం నిరాఘాటంగా, దాదాపు పదిహేను సంవత్సరాలు సాగిపోయింది.

కాల ప్రవాహంలో ఎన్ని మార్పులు. ఉర్లాం దివాణం నుంచి విజయనగరం దివాణంకు మా నాన్నగారి మకాం మారింది. దీని వెనుక ఎన్నో కుతంత్రాలు జరిగాయంటారు. నిజానిజాలు చిన్నవాడిని అయిన కారణంగా నాకు తెలియవు. ఆ విధంగా మా స్నేహంలో

తాత్కాలికమైన అంతరాయం కలిగింది. కాని, రామనాథం సంస్కృతం చదువుకోవటానికి విజయనగరం మహారాజా కళాశాలకు రావటంతో మరలా మా మధ్య స్నేహం మరింత వృద్ధి చెందింది. బంకుల దిబ్బపైన చాసా వారి ప్రసంగాలు, దివాణంలో జరిగే వసంతోత్సవాలు, అమ్మవారి సిరిమానోత్సవం, ఈ విధంగా సంగీత సాహిత్యాలతో పాటుగా జన జీవనంలో వస్తున్న మార్పులు మమ్ములను ప్రభావితం చేశాయి. కాని, రామనాథం మాత్రం కామేశ్వర పేటలో రామనాథం మాదిరిగానే ఉండేవాడు. ఎవరితో కలవకపోవడం, తన అవసరాలు ఎవరికి చెప్పకపోవడం. అభిమానం, ఒంటరితనం, గ్రంథాలయంలో పుస్తకాలలో పుస్తకంగా మారిపోవటం, ఒక్కమాటలో చెప్పాలంటే ఇంట్రావర్ట్ గా మారిపోయాడు.

చదువు ముగించుకుని మరలా తన గ్రామానికి వెళ్ళిపోయాడు. కాని నాకు మాత్రం వారానికి ఒక్కసారైనా ఉత్తరాలు రాసేవాడు. అతని ఉత్తరాల వలన నాకు చాలా విషయాలు తెలిశాయి. జమీందారు తమకో చిన్న ఇల్లు. ఎకరం నేల, ఏటి ఒడ్డున నీటి సౌకర్యం బాగా ఉన్నది ఇచ్చారని, తనను సంస్కృత పండితునిగా తన పాఠశాలలో నియమించుకున్నారని, తనకు వివాహం జరిగిందని, తల్లిదండ్రులు మరణించారని, కూతురు పుట్టిందని ఇలా ప్రతీ దశలోనూ జీవితపు మలుపులో మా మధ్య ఉత్తర ప్రత్యుత్తరాలు కొనసాగాయి. సాగుతున్నాయి కూడా. నేను హైదరాబాద్ లో ఓ సిమ్మెంట్ కంపెనీలో వాటా తీసుకున్నాను. మనుషుల బలహీనతలను నగదుగా మార్చుకునే 'కళ' మనకు అబ్బిందంటే ఇంక అభివృద్ధికి తిరుగుండదని నా నమ్మకం. అయితే నీతి, న్యాయం నైతిక సూత్రాలు, ఎదుటి మనిషిని గౌరవించడం వంటివి మాత్రం మనం విడువకూడదు. సమాజంలో నా స్థాయిని, హోదాను, జీవన ప్రతిష్ఠలను ఇనుమడింపజేసేవి, చిరస్థాయిగా నిలుపదలజేసేవి ఇవేనని నా నమ్మకం. కనుకనే మా మధ్య స్నేహం ఇన్నాళ్ళైనా చెక్కు చెదరలేదు. నా సంపదను, నా సహాయంను ఎంత మాత్రం తన అవసరాలకు ఉపయోగించుకోని రామనాథం అంటే నాకిప్పటికీ గౌరవం, ప్రేమ ఉన్నాయి. కనుకనే రామనాథం నా యింటికి ఒక్కసారి కూడా రాకపోయినా నేనే తరచుగా కామేశ్వరపేట వస్తుంటాను, వెళుతుంటాను.

పురాతనమైన ఇళ్ళు, ఒంటరితనం. ఇరవై సంవత్సరాలు నిండిన రామనాథం కూతురు శ్రావణి, నలభైలోనే తొంబై తొంగిచూస్తున్న రామనాథం, బాగా పెరిగిన తుప్పలు, చెట్లు, బోసిబోయిన గదులు, దూరంగా మామిడి చెట్టుపైన అమర్చిన పక్షిగూడు, గూడులో అల్లరిచేసే పక్షులు. వాటికి వేళకు ఇంత ఆహారం అందించే ఇద్దరు మనుషులు. వారి ముఖాలలో ఆశ కాని ఓ తృప్తితో కూడిన కాంతి. ఇదీ అని నిర్వచించలేని సంతోషం వారి కళ్ళలో నాకు కనిపిస్తుంది. రణగొణ ధ్వనుల మధ్య, యాంత్రిక నాగరికతలో, ముసుగు ధరించి, విపరీతంగా నటిస్తూ, అదే తమ గొప్ప తనమని మురిసిపోతూ, మితిమీరిన అసభ్యతే సభ్యతగా భావిస్తూ, దానిని పెంచి పోషించటమే గొప్పగా భ్రమించి, నిరంతరం

అసహనానికి, అసహాయతకు కృంగిపోతున్న నాగరిక జనం కన్నా ప్రశాంతంగా, తనకున్న దానిలో తృప్తిగా జీవిస్తున్న వారినెంతో ఉన్నతులుగా నేను భావిస్తుంటాను.

ఆడపిల్లకు వివాహం తప్పనిసరి కాకపోవచ్చు. అదే జీవితం కూడా కాకపోవచ్చు. కాని ఆ తరహా వాదనలు సోకాల్డ్ నాగరికత పేరుతో రోజుకు పదిమందితో క్లబ్ ల వెంట తిరిగే ఘరానామనుషుల కోసం కాని, ఈ విధంగా గ్రామాల్లో ముద్ద బంతుల మధ్య, ఉదయం సంధ్య సమయాల్లో పిల్లతెమ్మరలాగా, పుష్పాల సుగంధం లాగా, వెన్నెలలాగా, సెలయేటి గలగల శబ్దం లాగా అమాయకంగా పెరిగే పిల్లలకు కాదు. ముఖ్యంగా శ్రావణి వంటి బాపు బొమ్మలకు అసలు కాదు. అందుకే ఆమె అంటే నాకెంతో ఇష్టం. రామానాథం అంగీకరించకపోయినా, చేతులెత్తేసినా శ్రావణి వివాహం నేను చేస్తాను. చేయగలను. భగవంతుడు నాకా సమర్థతను ఇచ్చాడు.

"ఏమిటాలోచిస్తున్నావు. రామానాథాన్ని ఎలా మార్చడమనా, లేక ఎప్పుడు ఇక్కడ నుంచి వెళ్ళిపోదామనా" రామనాథం వచ్చాడు నా ఆలోచనలకు అంతరాయం కలిగిస్తూ.

నేను మంచం మీది నుంచి లేచాను. "పద అలా బయటకు వెడదాం. పున్నమి రోజుల్లో నిండు చందమామను, నిర్మలమైన ఆకాశంలో చూచి ఎన్ని సంవత్సరాలైందో తెలుసా?"

ఇద్దరం బయటకు వచ్చాము. వాచీ చూసుకున్నాను. దాదాపు పదకొండు కావస్తున్నది. ఏటి గాలి చల్లగా శరీరానికి తాకుతున్నది. అప్పుడప్పుడు పక్షులు చేసే సవ్వడులు లయబద్ధంగా వినిపిస్తున్నాయి. ఏటిలో ఎవరో జాలరి, ఒంటరిగా, ఆర్ద్రంగా పాట పాడుతున్నట్టుగా ఉంది. ఏటి పాట, శ్రావ్యంగా ఆగి, ఆగి గాలివాటుగా చెవులను తాకుతున్నది. నిజంగా పల్లె ప్రజలు ఎంత అదృష్టవంతులు. సినిమాహాళ్ళు, స్టార్ టీవీలు, విమానాలు, నైట్ క్లబ్బుల్లో ఏముంది సుఖం, సంతోషం. మనసు విరబూస్తే కదా. సంతోషం స్వచ్ఛంగా విరగబూసే గులాబీలు, సుమధురవాసన తొలకరిలో వేసే మట్టి వాసన, చెరువు గట్లపైన లయబద్ధంగా కదులుతున్న ఎడ్ల జతల మెడలో నుంచి వచ్చే చిరుగంటల శ్రావ్య సంగీతం, స్వచ్ఛమైన గాలి అందించే చల్లదనం. పల్లె ప్రజలారా! దయచేసి నగరాలవైపు వలసలు పోకండి. నైట్ క్వీన్ ఇచ్చే పరిమళం నైట్ షోలు కాని, విలాసాలు కాని ఇవ్వవు, ఇవ్వలేవు.

"ఏంటి మరలా ఆలోచనలు? ఏదో చెబుదామని కదా వచ్చావు. చెప్పు" రామనాథం ప్రశ్న.

"ఏం చెప్పాలి. నీవు మారాలి. లౌక్యం నేర్చుకోవాలి. బ్రతకడం ముఖ్యం. దానికన్నా శ్రావణి పెళ్ళి ముఖ్యం. ఇంతకన్నా స్నేహితుడిగా ఏం చెప్పమంటావు. సిద్ధాంతాలు మంచివి కావు అనమంటావా. నమ్మకాలు వదలమంటావా, ఏం చెప్పమంటావు. నీ బ్రతుకు నీ ఇష్టం. కాని నేనొక్కడిని ఉన్నానని మరచిపోకు. నేను ఎప్పటికీ, బ్రతికి ఉన్నంత కాలం నీ శంకరమే.

ఇది గుర్తుంచుకో. రేపు కోణార్క కు హైదరాబాద్ వెళ్ళిపోతాను. శ్రావణి నాకు కూతురే మరచిపోకు"

మౌనంగా మా కనులు సంభాషించుకున్నాయి. చెట్టు క్రింద కూర్చున్నాం.

ఆ మరుసటి రోజు నేను హైదరాబాద్ వెళ్ళిపోయాను.

కాని మరో వారం రోజులకే నేను వెనుకకు తిరిగి నా మిత్రున్ని కలుస్తాననుకోలేదు. అందుకు కారణం. నిజంగా నాకొక షాక్ లాగానే అనిపించింది. ఇక రామనాథం ఎంతటి షాక్ లో ఉన్నాడో? టెలిగ్రామ్ చూడగానే బయలుదేరాను. రాత్రికల్లా రామనాథంను చేరుకున్నాను.

అసలు విషయం ఏమిటంటే ఈ మధ్యనే మాస్టరుగా వచ్చి, బదిలీ అయిపోయిన అతనితో శ్రావణి, రామనాథం కూతరు లేచిపోయిందట.

నేను రామనాథం ఇంటికి చేరేసరికి రామనాథం వాలు కుర్చీల్లో కూర్చొని భగవద్గీత చదువుకుంటున్నాడు. నన్ను చూసి "రారా! ముందు బట్టలు విప్పి స్నానం చేసిరా. తరువాత భోజనం చేస్తూ తీరుబడిగా మాట్లాడుకుందాం" అని బలవంతంగా నా చేత స్నానపానాదులు చేయించి, భోజనం వడ్డించాడు.

మెల్లగా చెప్పడం ప్రారంభించాడు.

"చాలా చెప్పాలి. ఏమి చెప్పాలో తెలుసా? లేచిపోవడం పాపం కాదు అని. ఎవరికి ఇష్టమైన ధోరణిలో వారికి నచ్చిన ప్రదేశాలలో, నచ్చిన వ్యక్తులతో వెళ్ళిపోవటాన్ని సమాజం లేచిపోవటం అంటుంది. అంటే వారు చేయలేని పనిని ఇతరులు చేస్తే ఏదో ఒక విషపూరితమైన పేరు పెట్టి గొడవ చేయడం, వారిని రచ్చకెక్కించడం చేస్తుంది. ఇదంతా నన్ను నేను సమర్థించుకోవటానికో లేదా నా కూతురు చేసింది మంచిపని అనటానికి చేస్తున్న వాదన కాదు సుమా? నీవాలోచించు. శ్రావణి చేసింది తప్పంటావా? ఊరికి మేష్టారు వచ్చారు. యువకుడు, అనాధ. సహాయం చేసాను. అవివాహితుడు. ఇంట్లో ఉంచుకోవడం తప్పని నేననుకోలేదు. వారి మధ్య స్నేహం, ప్రేమగా మారటం ఇవన్నీ ఒకానొక దశ వరకు నాకు తెలియలేదు. తెలిసిన తరువాత ఏం చేయాలి?"

అన్నంలో మజ్జిగ వేస్తూ అన్నాడు. "భోజనం కానీయ్! తరువాత చెట్టు క్రింద కూర్చొని మాట్లాడుదాం. అది నీకెంతో ఇష్టమైన ప్రదేశం కదా."

నా భోజనం ముగించుకొని ఇద్దరం చెట్టుక్రిందకు వెళ్ళాం, చప్టాపైన కూర్చున్నాం. గోధుమ రంగులో వున్న పెద్ద ఉడత ఒకటి చెట్టు పై నుంచి దిగివచ్చి ఆహారపు తొట్టి వద్దకు వచ్చింది. నాలుగు గింజలు నోట కరుచుకొని తొట్టి అంచుమీద కూర్చుంది. తోక నిటారుగా నిలబెట్టి, చివర మాత్రం మెలి త్రిప్పి, పెద్ద పెద్ద గాజు పూసల్లాంటి కళ్ళతో నాలుగువైపులా చూస్తూ, ఎంతో ముచ్చటగా ఉంది అది, ఒక్క నిముషం సేపు అట్లా కూర్చుందో లేదో మళ్ళీ

తొట్టి కిందకు దిగి వచ్చింది. చెదురు మదురుగావున్న రాళ్ళ మీద గెంతుకుంటూ పోయి, చటుక్కున చెట్టు మీదకెక్కి అదృశ్యమై పోయింది.

"మానవుడు తన నుంచి తాను ఏమిటో దాని నుంచి, తాను ఎక్కడికి పోతున్నాడో, దాని నుంచి అసలు ఇదంతా దేని గురించో దాని నుంచి అంటే మన దైనందిన జీవితం, చనిపోవడం, ఆరంభం వంటి వాటి నుంచి ఎప్పుడూ పారిపోదామనుకుంటాడు. మనం ఎంత పారిపోయినా, ఎంతదూరం తప్పించుకుపోయినా సంఘర్షణ, సుఖం, బాధ, భయం మొదలైనవి ఎప్పుడూ మనల్ని అంటిపెట్టుకొనే ఉంటాయి. వీటిని మనం గ్రహించం. వాటిని లోపలకు నెట్టాలని చూస్తాం. కాని అవి మరలా బయటకు వస్తుంటాయి. మన మీద ప్రభావం చూపే అంశాలలో సుఖం ఒకటి. ఇందులో కూడా బాధ, విసుగు, సంఘర్షణలు ఉంటాయి. అయినా వాటిని మనం గ్రహించం. పట్టించుకోం. ఈ రకమైన ఘర్షణల నుంచి మనం ఎలా తప్పించు కోవటం. మార్పును సాధిస్తే తప్పసాధ్యం కాదు. అంటే ఆలోచనలలో మార్పు కాదు. ఆలోచన కానటువంటి చేతనాపూరితమైన మార్పు అవసరం. దీనిని నీవు లౌక్యం అంటావో, పరివర్తన అంటావో, మార్పు అంటావో, అవసరమంటావో నీ ఇష్టం. నా కూతురు లేచిపోయిందని ఎంతోమంది నా మీద సానుభూతి చూపారు. ఈ దశలో రాకూడని కష్టమన్నారు. అన్యాయం, అక్రమం అన్నారు. పెంపకం సరిలేదన్నారు. ఆడది లేని కొంప అని కూడా అన్నారు. అందరు అన్నవి విన్నాను. వారికోసం ఏడ్చాను. నాకు నేనే ఆలోచించాను. మరలా నేనే సమాధానపరచుకున్నాను, సమాజానికి తెలియకుండా. మన ఉనికికి భంగం లేకుండా భవిష్యత్తులో మన భద్రతకు ఎటువంటి విఘాతం కలుగకుండా, మనం మారాలి. నీవన్నావు చూసావా లౌక్యం అని. దాన్ని వాడుకోవాలి. సర్లే పడుకో చాలా రాత్రయింది"

ఇద్దరం ఇంట్లోకి నడిచాం. నేనింకా ఆశ్చర్యం నుంచి కోలుకోలేదు. ఊహకు, వాస్తవానికి ఎంత దూరం. ఎంత భేదం. నిజమే ఊహలన్నీ వాస్తవాలుగా మారవు కదా!

కొండెక్కిన లాంతరు వెలుగునివ్వటం లేదు. పరిసరాలు మసకమసకగా ఉన్నాయి. "పల్లెల్లో కరంటు ఇంతే. కొద్ది రోజుల వరకు ఉండదు" అని దీపం పెద్దది చేసాను.

వెలుతురు నాలుగు దిక్కులకు ప్రసరిస్తున్నది. గది నాలుగు మూలలు స్పష్టంగా కనిపిస్తున్నాయి. ఇద్దరం మంచాలపైన పడుకున్నాం. ఎందుకో తెలియదు. వెంటనే నిద్ర పట్టేసింది. ఆ మరుసటి రోజు బస్టాండులో నేను బస్సులో కూర్చున్నాను. విశాఖపట్టణంలో కొంత పని ఉంది. దానిని పూర్తిచేసుకొని గోదావరికి పోదామని. బస్సు బయలుదేరటానికి సిద్ధంగా ఉంది.

"శ్రావణి ఈ విధంగా చేసినందుకు బాధగా లేదా?" అన్నాను.

"ఎందుకు లేదు. ఉంది. కాని, శ్రావణి అలా చేసినందుకు కాదు. అందుకు అవకాశాలు కల్పించే విధంగా నీ లౌక్యాన్ని ఉపయోగించి ఆమెకు పరోక్షంగా, మనసు చంపుకొని

సహకరించినందుకు. ఆమె లేచిపోవటానికి ప్రత్యక్ష సాక్షిభూతిని అయినందుకు. నిజంగా బాధగా ఉంది. కాని అవసరం తీరాలి కదా. బ్రతకడం ముఖ్యం" అతని గొంతు జీరబోయింది. కళ్ళనుంచి నీళ్ళు ధారగా కారుతున్నాయి. పై తుండుతో తుడుచుకున్నాడు.

బస్సు కదిలింది. ఏది ఏమైనా రామనాథంలో మార్పు వచ్చింది. ఫర్వాలేదు. చివరి రోజులు ప్రశాంతంగా గడిచిపోతాయి.

గాలి మెల్లగా శరీరాన్ని స్పృశించింది. వెనక్కి వాలాను. కనులు మూసుకున్నాను. రామనాథంలో వచ్చిన ఈ మార్పు శాశ్వతమా. తాత్కాలికమా?

ఏమో... అది కాలమే నిర్ణయిస్తుంది.

సర్ప్లస్ వేల్యూ

మార్ప్ 1859లో వ్రాసిన ఒక గ్రంథంలో ఇలా వివరిస్తారు. "ఆర్థికమైన కట్టడమే ఇప్పటికీ ప్రాతిపదిక.

ఆ పునాది పైనే మన శాసన, రాజకీయ వ్యవస్థలు వలె లేస్తాయి. ఆ పునాదికి అనుగుణమైన నిర్దిష్ట రూపాలనే మన సామాజిక స్పృహ పొందుతుంది. భౌతిక జీవితానికి అవసరమైన వస్తువులను ఉత్పత్తి చేసే సాంకేతిక, రాజకీయ, ఆధ్యాత్మిక, జీవిత విధానాలను నిర్ణయిస్తుంది. మానవుల మనుగడ పద్ధతి నిర్ణయించేది వారి మనో వ్యాపారం కాదు. వారి సాంఘిక జీవన విధానమే. అయితే ఇక్కడ గమనించదగ్గ అంశం ఏమిటంటే ఉత్పత్తికి సంబంధించిన ఆర్థిక పరిస్థితులలో వచ్చే భౌతికమైన మార్పులను మనం శాస్త్రీయంగా, ఖచ్చితంగా లెక్కకట్టవచ్చు. కానీ, పరిస్థితులలో వచ్చే సంఘర్షణ, పోరాటం, ఆరాటం మానవుల మనస్సులలో ఏ న్యాయశాస్త్ర, రాజకీయ, మత, కళా, తాత్విక రూపాలలో స్పృహలోకి ప్రవేశిస్తాయో వాటిని మాత్రం అంత ఖచ్చితంగా లెక్కకట్టలేము.

శ్రీకాకుళం బస్టాండ్లో ఊహ నాకు కనిపించకపోతే, కనిపించినా తన గోడు వినిపించకపోతే, వినిపించినా నా అవసరం గమనించిన తన దగ్గరున్న 'వస్తువు'ను నాకు అమ్మకానికి పెట్టకపోతే, నేను ఆ అమ్మకాన్ని అంగీకరించకపోయినా మీకివన్ని చెప్పి విసుగు కలిగించి ఉండేవాడిని కాదు. కాని తప్పదు. ఒక సామాజికాంశంను చర్చించేముందు సామాజిక వ్యవస్థలోని వ్యక్తుల మానసిక వికాసాలను, ఆ వికాసంపై తన ప్రభావం చూపే ఆర్థికావసరాలను మనం చర్చించుకోవాల్సిన అవసరం ఎంతైనా ఉంది. అందుకే మార్పును వివరించవలసి వచ్చింది.

అసలు విషయం, ఎవరీ ఊహ? ఏమా కథా? ఇదిగో అక్కడికే వస్తున్నాను. బాపు బొమ్మలాగ ఉండే కళ్ళతో నవ్వుతూ, నా అవసరాలను తన అవసరాలుగా, నా ఆనందమే తన ఆనందంగా, నాకు స్ఫూర్తిని కలిగించే సరోజ అంటే నాకెంతో ఇష్టం. ఆమె చెప్పింది నాకు వేదం. ఆమె ఇంతవరకు అంటే మాకు పెళ్ళయి మూడు సంవత్సరాలు గడుస్తున్నా తన కోసమంటూ ఏ కోరికా కోరలేదు. గత ఆరు నెలల నుంచి ఒక కోరిక. ఒకే ఒక కోరికతో నన్ను బాధిస్తోంది.

ఏమిటా కోరిక? పిల్లలు కావాలి!

పెళ్ళయింది కదా. పిల్లలను కోరుకోవటంలో వింత ఏముంది? అని మీరు నన్ను ప్రశ్నించవచ్చు. కాని మాకు పిల్లలు కలగరనే విషయం ఒక సంవత్సరంకే తెలిసింది. ఆనాటి నుంచి ఒకరికి ఒకరంగా బ్రతుకుతున్నాం. కాని సమాజం మగాడిని నన్ను నిందించటం లేదు. స్త్రీ అయిన ఆమెను నా సమక్షంలో నిందిస్తోంది. ప్రక్కవాడిలోని మంచిని గమనించని మనుషులం. వారిలోని లోపాలను మాత్రం భూతద్దంలో చూపుతూ, భవిష్యత్ ను భయంకరంగా చిత్రిస్తారు. మానసికంగా కృంగదీస్తారు. చట్టాలు, న్యాయస్థానాలు మానసిక హింసకు శిక్షలు విధిస్తే ఈ సమాజంలో ఎంతో మార్పు వచ్చి ఉండేది.

కాని చెప్పాను కదా, నా సరోజ మాట, కోరిక. తీర్చవలసిన బాధ్యత నాపైన ఉంది. ఆమె కళ్ళలో కన్నీరును నేను చూడలేను.

ఒక రోజు, 'మీ అక్క దగ్గర నుంచి ఉత్తరం వచ్చిందండి' ఆఫీసు నుంచి వచ్చి సోఫాలో కూలబడ్డ నాకు, సరోజ ఉత్తరం అందించి, ఫాన్ వేసి లోపలకు వెళ్ళి, గ్లాసుతో కుండలోనివి చల్లని నీరును తెచ్చి ఇచ్చింది. ఇందుకే నాకు సరోజ అంటే ఇష్టం. నాకు ఏ టైమ్ లో ఏది కావాలో తనకు తెలుసు. నేను చెప్పనవసరం లేదు. తనే చేసుకుపోతుంది. లోపలకు వెళుతున్న సరోజను పిలిచాను. పప్పీ అని ఆమెను నేను ముద్దుగా పిలుచుకుంటాను. "సరూ పప్పీ, ఇలా నా ప్రక్కన కూర్చో". ఆమె వచ్చి నా ఒడిలో తల పెట్టుకొని, కాళ్ళు ముడుచుకొని పడుకొంది. ఈ విధంగా ఈ భంగిమలో చిన్నపిల్లలా ఫీలవుతున్నదంటే, మరలా ఎవరో ఇరుగుపొరుగు వారు ఆమెను బాధపెట్టి ఉంటారు.

ఆమె ముఖం నావైపు త్రిప్పుకొని, నుదిటిపైన ముద్దు పెట్టుకున్నాను.

ఆమె కన్నుల్లోంచి నీరు నిశ్శబ్దంగా జారి, నా ఫ్యాంట్ పైన పడి ఇంకిపోతున్నది. "ఏయ్ పప్పి, ఏంటా ఏడుపు? ఛీ ఛీ చిన్నపిల్లలాగా. లేలే. నేనున్నాను కదా, లే!" ఆమెను లేపి ప్రక్కన కూర్చో పెట్టుకొని, ఆమె భుజం పైన ఒక చేయివేసి ఉత్తరం ఆమెకు ఇచ్చి చదవమన్నాను.

"తమ్ముడు నారాయణకు అక్క ఆశీస్సులు...

నీవు కోరుకున్న విధంగా నా రెండో బాబును నీకు దత్తత ఇవ్వటానికి బావగారు కూడా అంగీకరించారు. మిగిలిన విషయాలు ముఖాముఖి మాట్లాడుకుందాం. నా ఉత్తరం అందిన వెంటనే రాగలవు. సరోజకు నా ఆశీస్సులు. మీ ఇద్దరూ క్షేమంగా ఉండాలని, ఆశిస్తాను. నీవు వెంటనే రాగలవని ఆశిస్తూ...

నీ అక్క

ఇదీ ఆ ఉత్తరం సారాంశం.

మాకు పిల్లలు కలగరని తెలిసిన వెంటనే ఎవరినో ఒకరిని దత్తత తీసుకుందామన్న ఆలోచన వచ్చింది. ఇందుకోసం చాలా ప్రయత్నాలు చేసాం. ఫలించలేదు. చివరకు దగ్గర బంధువులలో ఎవరి పిల్లలనైనా తెచ్చుకుందామని చిన్న సైజు లిస్ట్ తయారుచేసాం. అనేక తర్జన భర్జనల అనంతరం చివరకు మా అక్క రెండవ కొడుకు సంవత్సరం వయస్సు వాడిని

దత్తత తీసుకుందామని నిర్ణయించుకొని ఒకటికి రెండుసార్లు అక్క బావలతో చర్చించాము. ముందు వారు ససేమిరా అన్నారు. కాని తరువాత తరువాత అంగీకరించారు. ఇదిగో ఈ ఉత్తరం అందులో భాగమే.

ఇక్కడ మా అక్క గురించి చెప్పాలి. మా అక్క ప్రేమించిన వాడినే పెళ్ళి చేసుకుంది. మా బావగారు ఒక ప్రయివేట్ కంపెనీలో గుమస్తాగా చేస్తున్నారు. కాని ఈ మధ్య కంపెనీ యాజమాన్యానికి, కార్మిక సంఘాలకు మధ్య గొడవలు జరిగి ఫ్యాక్టరీకి లాకౌట్ ప్రకటించి మూసివేసారు. గత నాలుగు నెలలుగా వారు ఒక పూట మాత్రమే భోజనం చేస్తున్నారని నాకు తెలిసింది. గవర్నమెంట్ ఉద్యోగినైన నేను అడపాదడపా సహాయం చేస్తూనే ఉన్నాను. మానవ సంబంధాలలో డబ్బుకున్న ప్రాధాన్యత మరి దేనికి లేదు అనే విషయం మనకెవరూ చెప్పనవసరం లేదు. మనందరికి అనుభవమే!

"ఏమిటాలోచిస్తున్నారు?" సరోజ ప్రశ్న.

"ఉత్తరం వెనక గల రహస్యం గురించి"

"మీవన్నీ అనుమానాలే..."

"అదికాదు సరూ! నీవు కూడా ఆలోచించు. బిడ్డను ఇస్తామని చెప్పి బేరసారాలు నాకు నచ్చదు. అంతేకాకుండా ఆ పేరుతో ఆస్తమాను మనదగ్గరకు వచ్చి మనలను శాసిస్తే, ముఖ్యంగా నిన్ను, నేను భరించలేను. ఒకపని చేసే ముందు అందులోని మంచిచెడ్డలను బేరీజు వేసుకొని మరీ చేయమన్నారు కదా పెద్దలు. అటువంటిది జీవిత సమస్య అయిన దీనిని గురించి మనం ఆలోచన చేయవద్దూ!"

"నా గురించి మీరేమీ బెంగపెట్టుకోవద్దు. అంతదాకా వస్తే అప్పుడు చూసుకుందాం. సరేనా. మరో ఆలోచన చేయకుండా రేపే మీరు శ్రీకాకుళం వెళ్ళి మీ అక్క బావలతో మాట్లాడి రండి. పదండి జీడిపప్పు ఉప్మా చల్లారిపోగలదు. ఒడిలో నుంచి లేస్తున్న సరోజను ఆపి, ఒక్క జీడిపప్పు ఉప్మాయేనా లేక ఇంకేమైనా రెడీమేడ్ వంటకం ఏమైనా ఉందా?" అన్నాను ఓరగా ఆమెవైపు చూస్తూ, కుడి బుగ్గను పొంగించి, "ఆ.. ఉంది" అని బుగ్గమీద ఓ ముద్దు పెట్టి వంటగదిలోకి తుర్రుమంది.

నవ్వుకుంటూ నేను బాత్రూరూంలోకి దూరాను.

★★★

"ఏయ్ రిక్షా, గుడివీధి వస్తావా? ఎంత తీసుకుంటావు?" శ్రీకాకుళం ఆర్టీసీ కాంప్లెక్స్ దగ్గర ఆగి ఉన్న రిక్షావానితో సంభాషిస్తూ నన్ను ఎవరో పిలిచినట్టయింది. వెనక్కు తిరిగి చూసాను. ఎవరూ లేరు. భ్రమ. "ఐదు రూపాయలు అవుతుంది" రిక్షావాని జవాబు.

"నాలుగిస్తాను పద"

"బాబూ... అసలే వన్ వే సమయం"

"సర్లే పద" సూట్కేస్ సీట్లో ఉంచి రిక్షా ఎక్కబోతున్న నాకు 'ఏయ్ నారాయణ ఆగు' అన్న కేక స్పష్టంగా వినిపించింది. ఈసారి నిశితంగా గమనించాను. ఎవరో స్త్రీ, చేతులూపుతూ నా దగ్గరకు వస్తున్నది. బాగా దగ్గరకు వచ్చింది. ఊహ.

"ఏయ్ ఊహ! వాట్ ఏ సర్ ప్రైజ్? ఏమిటి ఇక్కడ, ఇలా? బాగున్నావా? ఎక్కడున్నావు? ఎలా ఉన్నావు?" నా ప్రశ్నల పరంపర.

"ఆగునాయన ఆగు. అలా అర్జునుడు శరపరంపరలాగా ప్రశ్నల వర్షం కురిపించకు. ఏంటి ఏదైనా అర్జంటా? రిక్షా ఎక్కుతున్నట్లున్నావు. అయినా చచ్చు ప్రశ్న, రిక్షా దగ్గరున్న వాడు రిక్షా కాకపోతే బస్సెక్కుతాడా ఏమిటి" అని తనకు తానే నవ్వేసుకుంది.

మా వాలకం గమనించిన రిక్షావాడు "బాబూ వస్తారా, రారా, నేనింకో బేరం సూసుకోవాలి."

"ఇంద ఐదురూపాయలు తీసుకొని వెళ్ళిపో. మేము బోలెడు విషయాలు మాట్లాడుకోవాలి" అని రిక్షావాడి చేతిలో ఐదు నోటు ఉంచింది. ముందుకు కదిలింది. ఆటో మాట్లాడి, హోటల్ 'నాగావళి'కి పద. ఎక్కు అని నన్ను ఆటోలోనికి త్రోసి తనూ ఎక్కింది.

ఊహ, దాదాపు ఏడు సంవత్సరాల క్రితం, మా ఇంటి ప్రక్కన అద్దెకు ఉండేవారు. ఎన్నోసార్లు నన్ను ప్రేమించానంటూ, పెళ్ళిచేసుకుందామంటూ నానా అల్లరీచేసేది. మా ఇంట్లో మనిషిలాగానే మసిలేది. కాని నాకెందుకో ప్రేమపైన పెద్ద నమ్మకం లేదు. ఆ సరికే మా అక్క ప్రేమ వలన ఇంట్లో గొడవలు వంటివి బయలుదేరటం, వాటివలన కలిగిన అశాంతి, ఇరుగుపొరుగు వారు సూటిపోటి మాటలు, మధ్యతరగతి మనస్తత్వం ఇవన్నీ కూడానాకు ప్రేమ పట్ల ఆసక్తిని చంపివేసాయి. చివరకు 'ముద్దపప్పు' అని ఓ నిక్నేమ్ తగిలించి ఏడిపించడం నేర్చుకొంది. రెండు సంవత్సరాలు నా చదువు, ఉద్యోగాన్వేషణ, ఊహ అల్లరిలోనే గడిచిపోయింది. ఆ తరువాత బదిలీ వలన వారు ఊరు విడిచి వెళ్ళిపోయారు. వెళ్ళేముందు నా బుగ్గమీద కన్నులమీద ముద్దు పెడుతూ "నిన్ను మరచిపోలేను" అని ఏడుస్తూ టాటా చెప్పి వెళ్ళిపోయిన ఊహ ఇదిగో, ఇలా దాదాపు ఏడు సంవత్సరాలు తరువాత హఠాత్తుగా దర్శనమిచ్చింది.

"హలో ముద్దపప్పు, హోటల్ వచ్చిందమ్మ. ఆలోచనలు, ఫ్లాష్ బ్యాక్ ఆపి దిగు." అని నన్ను ఈ లోకంలోకి తెచ్చి, ఆటో వానికి డబ్బులిచ్చింది. 'పద' అంటూ లోపలకు అడుగులు వేసాం.

రూం నెంబరు ఒన్ నాట్ టూ తాళం తీసుకొని రూమ్ లోకి వచ్చాక కాని నేను వాస్తవంలోకి రాలేకపోయాను.

రూంలోకి వచ్చాకా, బెల్ కొట్టి, బాయ్ ని పిలిచి టూ మీల్స్ వెజిటేరియన్ అని చెప్పి డబ్బులు ఇచ్చి, బాయ్ వెళ్ళిపోయాక గది తలుపులు వేసింది. గది ఏ.సి. కావటం వలన చల్లగా, హాయిగా ఉంది. జగ్గు లోని నీరు తీసుకొని కొద్దిగా త్రాగి, కుర్చీలో జారగిలపడి,

కాళ్ళను మంచం పైన ఉంచి "ఊ చెప్పు. ఏంటి ఇలా, ఈ రూమ్ వ్యవహారం" అన్నాను సందేహంగా.

ఆమె మంచం పైన రిలాక్స్ గా పడుకొని "ఏం చెప్పమంటావు. బాల్యంలో, యవ్వనంలో ఎన్ని కలలుగన్నాను. ప్రేమకోసం ఎంత తపించాను. నీవంటి ముద్దపప్పు సాహచర్యంలో జీవితాన్ని పదహారణాల తెలుగింటి ఆడపడుచులాగా గడిపేద్దాం అనుకున్నాను. కాని ఇది జీవితం. అనుకున్నవి జరగకపోవటం దాని నైజం అని గ్రహించలేకపోయాను. కాని ఒక్క విషయం నా జీవితం నాది. నా కోసమే నేను అనే పంథాలోనే జీవన గమనం సాగిస్తున్నాను"

"జీవిత ఫిలాసఫీ బాగుంది సరే, సంసారం, వివాహం. పిల్లలు వగైరా.." నా ప్రశ్నను మధ్యలోనే ఆపి

" చెబుతా! అయినా ఏమంత గొప్ప జీవితానుభవాలని నీకు చెప్పి, గతం త్రవ్వుకొని ఆనందించటానికి. అయినా చెప్తాను మగాడికి ఆడది ఓ ఆర్థిక వస్తువు. సమాజరీతి సహితం అలాగే ఉంది. మా నాన్నగారు చనిపోయాకే మా ఇద్దరి ఆడపిల్లల పెళ్ళి మా అమ్మకు కష్టమైపోయింది. రిటైరయిన మా నాన్నగారి డబ్బు దాదాపు రెండు లక్షల వరకు వచ్చింది. దానితో మా పెళ్ళిళ్ళు జరిగిపోయాయి. మా అమ్మ మా మామయ్య దగ్గరకు వెళ్ళిపోయింది. ఎవరి జీవితాలు వారివి అనే చందంగా మేము విడిపోయాం. నిజం చెప్పనా, మా ఆయనకు నేనో డబ్బు సంపాదించే వస్తువును. అది ఎలా సంపాదించినా సరే ఆయనకు అభ్యంతరం లేదు. కాని గత ఏడు నెలలుగా నేను ఆయనకు డబ్బును అందించటం లేదు. ఎందుకంటావా? ఇది, ఇది" అని కడుపుపై తన చేతితో ప్రేమగా, ఆర్తిగా రాసుకోవటంలో నేను గమనించాను ఆమె గర్భవతి అనే విషయం. ఆమె గ్లాస్ లోని నీరు త్రాగి మరలా చెప్పసాగింది.

"నాకు గర్భం అని తెలిసాకా అబార్షన్ చేయించుకోమని శతపోరు పెట్టాడు. భయపెట్టాడు. బెదిరించాడు. అబ్బే నేను అదరలేదు. బెదరలేదు. అయితే ఆయనకో క్రొత్త ఆలోచన వచ్చింది" ఆమె కన్నులలో నుండి నీరు జలజలా ప్రవహించి దిండును తడిపివేసాయి.

"ఛీ, ఛీ! ఏమిటీ చిన్న పిల్లలాగా. ఊరుకో రిలాక్స్. మరేం చెప్పకు. అసలు మాట్లాడకుండా, అలా కళ్ళుమూసుకో పడుకో. తరువాత మాట్లాడదాం" అన్నాను.

"లేదు నేను చెప్పాలి. ఇన్నాళ్ళు నా అనేవాళ్ళు లేక కడుపులోనిది ఎవరికి చెప్పాలో తెలియక తికమక పడ్డాను. నిజంగా మంచి సమయానికి దేవుడులాగా కనబడ్డావు"

"ఆ.. మా ఆయనకు క్రొత్త ఆలోచన అన్నాను కదా... ఏమిటనుకున్నావు నా కడుపును ఎవరికైనా ఎవరికైనా అమ్మమంటున్నాడు. ఆమె గొంతులో ఒణుకు నాకు స్పష్టంగా వినిపిస్తుంది.

"వాట్. కడుపును అమ్మటమా? ఆయన మనిషా? పశువా? పద చూపించు నంగిరి వెధవని నరుకుతాను" ఆవేశంలో నాకు ఏమి మాట్లాడుతున్నానో తెలియటం లేదు.

"ఆగు బాబు. నా గురించి ఆవేశపడే మనిషివి నీవున్నావు అంతే చాలు"

"అది కాదు ఊహ. అసలు ఇటువంటి దరిద్రమైన ఆలోచనలు ఎలా వస్తున్నాయి మీ ఆయనకు"

"చూడు సమాజంలో స్త్రీల పరంగా న్యాయం చేయటానికి ఎన్ని చట్టాలు ఉన్నాయో, అన్యాయం చేయటానికి మగవాడికి అంతకన్నా ఎక్కువే అవకాశాలున్నాయి. అవసరం, డబ్బు, వ్యసనం వంటివి మనిషిని ఎంతటి హీనస్థితికైనా తీసుకొని వస్తాయి. అయితే నీవనవచ్చు హాయిగా ఈ చెరనుంచి విడి రావచ్చు కదా అని. సమాజం గురించి ఆలోచించే ఏ ఆడపిల్లా అంతవేగంగా అటువంటి నిర్ణయం తీసుకోదు. ముఖ్యంగా నాలాగా ఆర్థిక స్వేచ్ఛలేని వివాహిత. ఇంతకీ చెప్పొచ్చేదేమిటంటే ఇప్పుడు నా ఈ కడుపును ఎవరికైనా అమ్మి నేను ఆయనకు డబ్బు ఇవ్వాలి"

బెల్ మ్రోగింది. బాయ్ క్యారేజ్ పెట్టి వెళ్ళిపోయాడు. ఎందుకో నాకు తినాలనిపించలేదు. ఇటువంటి మనుషులున్న సమాజం మన చుట్టూ ఉందా అనిపిస్తున్నది. కడుపును అమ్ముకోవటం, ఇది ఎలా సాధ్యం. మనిషి తలుచుకుంటే ఎటువంటి నీచకార్యం చేయడమైనా సాధ్యమే అనిపిస్తుంది. ఇదే ప్రశ్న ఆమెను వేసాను. ఆమె నవ్వి, నీకెందుకింత 'క్యూరియాసిటీ' అన్నది" చెప్పింది.

"ఇప్పటికి నాకు ఏడు నెలలు గడిచాయి. మరో రెండు నెలలు. ఆ రెండు నెలలు కడుపు కొన్నవారు మా అడ్రస్సుకి డబ్బు పంపాలి, పోషణ కోసం. అనంతరం నేను కన్న బిడ్డ ఎవరైనా అంటే ఆడ, మగ ఏదైనా సరే కొనుక్కొన్న వానికి చెందుతుంది. అంతే ఆనాటితో నా పాత్ర సరి. ఆ బిడ్డకు నాకు ఏ సంబంధం ఉండదు. అది చచ్చినా, బ్రతికినా సరే. ఇవన్నీ పక్కాగా కాగితాలు, పైన సాక్షుల సంతకాలతో జరుగుతాయి. అయినా మా ఆయన మరీ అంత వెనకాడు కాదులే"

"ఇంతకీ మీ ఆయనకెందుకు పాడు డబ్బు వ్యామోహం. అది కూడా ఈ విధంగా సంపాదించిన పాపపు డబ్బు ఏం చేస్తాడుట?"

"వ్యాపారం. ఆయనకు రోజుకు ఇరవై నాలుగు గంటలు డబ్బు కావాలి. ఎప్పుడో ఆడది కావాలనిపిస్తే నా దగ్గరకు వస్తారు. సరే, పద భోజనం చేస్తూ మిగిలిన విషయాలు మాట్లాడుకుందాం. నీ సంగతి చెప్పు. నీ భార్య, పిల్లలు వగైరా..."

ఆమె క్యారేజీ విప్పి ప్లేట్లో సర్దుతున్నది. నా ఆలోచనలు నావి. అక్క, ఆర్థికావసరాలు, భవిష్యత్. ఊహ కడుపును అమ్మటం. పరాయి అడ్రస్ తెలియదు. కొనుక్కున్నఅనంతరం ఎవరికి వారే యమునా తీరే. బస్. కేవలం రెండు నెలల పోషణ ఖర్చు ప్లస్ ఆమె భర్త అడిగే డబ్బు. ఆడపిల్ల అయితే మరీ మంచిది. చవకగా నా ఆలోచనలు నాకే సిగ్గనిపించాయి.

అవసరం, సిగ్గు, అనవసర ఆలోచనలు.

అవసరం మనిషిని లొంగదీసుకుంటుంది. ఏమైనా చేయిస్తుంది.

భోజనం ముగించి సింక్ లో చేయికడుక్కొని వచ్చాను.

"అయితే ఎవరికి అమ్ముదామనుకుంటున్నావు?"

ఆమె ఆశ్చర్యంగా నావైపు చూసింది. అదికూడా ఒక్క క్షణం మాత్రమే. చేయి కడుక్కుని వచ్చి నా ప్రక్కన కూర్చొని "కొంటావా. నీకే అమ్ముతాను. నాకు నిశ్చింతగా ఉంటుంది."

మేమిరువురం అసలు సిసలు వ్యాపారస్తుల్లాగా ఎటువంటి ముసుగులు లేకుండా బేరసారాలు మాట్లాడుకున్నాము.

ఎంతకు కొన్నాను అనేది మీకు అనవసరం. కాని ఆ సంఘటన తరువాత మేమిరువరం విడిపోయాము. మా యొక్క చిరునామాలు ఒకరినొకరం తీసుకున్నాము. అగ్రిమెంట్స్ కాగితాలు రాసుకోవటానికి కావలసిన డబ్బును తీసుకురావటానికి నేను బయలుదేరాను. ఆమెకు కృతజ్ఞతలు తెలియజేస్తూ...

రెండు రోజుల తరువాత ఆమె చిరునామాను వెతుక్కుంటూ వెళ్ళాను.

ఆశ్చర్యం! ఆమె ఒక రోజు ముందుగా ఇల్లు ఖాళీ చేసి వెళ్ళిపోయింది. నేను వస్తే ఉత్తరం ఇమ్మని చెప్పిందంటూ ప్రక్కింటి వారు నా చేతిలో ఒక కవరు ఉంచారు. నిస్సత్తువుగా అక్కడే కూలబడ్డాను. చేతిలో కవరు చించి చదవటం ఆరంభించాను.

నారాయణ గారికి

సంబోధన ఆశ్చర్యంగా ఉంది కదూ! సమాజంలో నిన్ను 'ముద్దపప్పు' పాత్ర నుంచి అసలు సిసలు వ్యాపారస్తులుగా ఎదిగే విధంగా సహకరించింది. కాని ఒక్క విషయం. జీవితంలో జరిగే అనేకానేక 'ట్విస్ట్'లకు మనం బాధ్యులం కాము. మనకు తెలియకుండానే అవి జరిగిపోతాయి. నాకు నా గర్భంను ఎందుకు అమ్మదలుచుకోలేదో నీకు వివరించవలసిన అవసరం నాకు లేదు. అదే విధంగా ఎందుకు అర్జంట్ గా ఇల్లు ఖాళీ చేసానో కూడా వివరించను.

కాని ఒక్క విషయం మాత్రం సూటిగా చెప్పదలుచుకున్నాను. సమాజం నాకు చెప్పిన పాఠం ఇది. నీకు కూడా పనికిరావచ్చు. మానవ సమాజం చరిత్రకు అందినంత వరకు వెళ్ళి చూస్తే రెండు వర్గాలుగా చీలిపోయి ఉంది. ఆ వర్గాల మధ్య సంబంధాలు మారినప్పటికి మౌలిక స్వభావం మారలేదు. ఒకటి దోపిడి చేసే వర్గం. రెండు దోపిడీ చేయబడే వర్గం. యజమాని, బానిసలు, భూస్వాములు, సెర్ఫ్ లనబడే పాలెగాళ్ళు, పెట్టుబడిదారులు, కార్మికులు, ఇప్పుడు మరో క్రొత్త వర్గం స్త్రీలు, పురుషులు, ఉత్పత్తి శక్తులు అనుగుణంగా ఉత్పత్తి సంబంధాలు మారాయి. దోపిడీ అంతం కాలేదు. ఇక్కడో విషయం నీకు చెబుతాను. ఇంటర్ చదివే రోజుల్లో ఆర్థిక శాస్త్రమంటే నాకెంతో ఇష్టం. అందులో ఒక చోట "థియరీ ఆఫ్ సర్ప్ వాల్యూ" అని ఓ సిద్ధాంతం ఉంది. అంటే బూర్జువా వ్యవస్థలో దోపిడీ అనేది

సృష్టిలోంచి తుమ్మెద తేనెను దొంగిలించినంత సుతారంగా ఎవరికి తెలియకుండా, చట్ట నమ్మతంగా జరిగిపోతుంది. "అదనపు విలువ" అనే దాని ద్వారా ఈ దోపిడీ జరుగుతుంది. 'స్త్రీ' ఓ అదనపు విలువకి తగ్గ ఆర్థిక వస్తువు. వర్తమానంలో ఆమె గర్భం కూడా. ఆశ్చర్యంగా, అసహ్యంగా లేదు. నా భర్తను మార్చటానికి ప్రయత్నిస్తాను, లేదంటే నేను విడిపోయి నా బిడ్డను పెంచుకుంటాను. ఆడదాన్ని ఆ మాత్రం సంపాదించుకోలేనా? ఏమంటావు? కాని చావను. పిరికి పందలా జీవితపోరాటాన్ని ఆపను. ఆశా వాదిని నేను. బ్రతకగలను అన్న నమ్మకం నాకుంది" కుర్వన్నే వేహకర్మాణే జీవిషేచ్ఛతగ్ం సమా:" అన్నారు మన ఆర్యులు. కనుక నా విద్యుక్తకర్మలను ఆచరిస్తూ నేను నూరేళ్ళు బ్రతకటానికి ప్రయత్నిస్తాను. ఎదురీదే చేతులకు అడ్డు తొలుగుతుంది ఏరు. ఎదురునడిచే వానికి త్రోవచూపుతుంది భూమి. ఇవన్నీ నాకెలా తెలుసునంటావా? చెప్పాను కదా! నేర్చుకోవాలే కాని ప్రతీ అనుభవం, ప్రతి ఓటమి, గెలుపు, కష్టం, సుఖం, అన్నీ కూడా మనిషికి గొప్ప పాఠాలు నేర్పుతాయి. నీవు కూడా ప్రయత్నించు. దేశంలో ఎందరో అనాధ శిశువులున్నారు. వారిలో ఏ ఒక్కరి జీవితానికైనా వెలుగునివ్వు. నీ జీవితం ధన్యమవుతుంది. పిల్లలు లేకపోవటం ఓ లోపం కాదు. నేరం కాదు. నీ భార్యకు నచ్చ చెప్పు. మారండి. కనీసం మారటానికి ప్రయత్నించాలి. చెప్పానని అన్యధా భావించకు. నీవు నాకు మరోసారి కనిపించినప్పుడు మీ బిడ్డను నీతులు గురించి చెబుతావనే ఆశిస్తూ... సెలవు తీసుకుంటున్నాను. నిన్ను ఈ విధంగా నిరాశ పరచినందుకు మరో విధంగా అనుకోకు. సెలవ్.. ఊహ"

ఉత్తరం నాలో ఏదో నూతనోత్తేజాన్ని కలిగించింది. నేను ముందుకు కదిలాను. గాలి చల్లగా, మెల్లగా స్పృశించింది . నా మనసెంతో హాయిగా ఉంది. నాలుగు రోడ్ల కూడలికి వచ్చాను. ఎదురుగా మథర్ థెరిస్సా విగ్రహం. నాకు మార్గదర్శనం చేస్తున్నట్టుగా ఉంది.

నిస్పృహనుంచి విముక్తుడు కావటానికి వ్యక్తికి నైతిక జీవనం, ఆధ్యాత్మిక జీవనం తోడ్పడతాయి. మానవ జీవయాత్రలో పరివర్తన మూడు దశలలో జరుగుతుంది. మొదటిది సౌందర్యోపాసన, కళాత్మకత, సుఖానుభవం మొదలైన వాటికి చెందిన దశ. రెండవది నైతిక నిష్ఠకు, కర్తవ్య పాలనకు చెందిన దశ. మూడవది దివ్యజీవన మార్గం. ఆధ్యాత్మిక దశ. ఎక్కడో చదువుకున్న పంక్తులు గుర్తుకువచ్చాయి.

నా అడుగులు అనాధశరణాలయం వైపుగా పడుతున్నాయి. నా యొక్క అదనపు విలువ ఏమిటో నాకిప్పుడు తెలిసింది.

ఊహకు మనస్సులోనే ధన్యవాదాలు చెప్పుకున్నాను.

(కలకత్తాలో గర్భాల అమ్మకంపై వ్యాసం చదివాకా... ఈ సమస్య లోతును స్పృశించి మంచిచెడ్డలు వివరించాలను కోవడం ఈ కథ ఉద్దేశ్యం కాదు. ఇటువంటి వాటికి అసలు ప్రోత్సహించడమే పాపం, నేరం. సమస్య పరిష్కారానికి 'స్త్రీలే' ముందంజ వేయాలి. అందరూ ఊహలే అయితే చాలా వరకు స్త్రీ సమస్యలు పరిష్కారం అయిపోతాయి.)

ఒప్పందాలు

"తుఫాన్ నష్టం సంభవించి నెలలు గడుస్తున్నాయి. కాని ఇంతవరకు రైతులను ముఖ్యంగా, కొబ్బరి రైతులను ప్రభుత్వం పూర్తిగా ఆదుకొనలేదు. చేస్తానన్న సహాయం వాయిదాల మీద వాయిదాలు పడుతున్నది. చేతికందే సహాయంలో పి.సి.లు అధికార్లకు ఇవ్వవలసిందే. వర్తమానమే ఇంత నిరాశాజనకంగా ఉంటే, భవిష్యత్తును తలచుకుంటేనే భయం వేస్తున్నది. కనుక మేము అప్పులు తీసుకున్నవ్యాపారస్థులైనా సరే, కాస్త కనికరం చూపకపోతే, మేమంతా ఈ ప్రాంతం విడిచిపెట్టి పిల్లాపాపలతో కడుపు చేత పట్టుకొని పరాయి రాష్ట్రాల వలసపోక తప్పదు. మీ సహాయం కోసం మేమంతా ఎదురు చూస్తున్నాం."

ఉద్దానం కొబ్బరి రైతాంగ ఉద్యమ నాయకుడు రాఘవ తన ఉపన్యాసం ముగించి కూర్చున్నాడు. సభ్యులంతా చప్పట్లు కొట్టారు.

తరువాత ఎవరెవరు ఏమేమి చేయాలో, మాట్లాడాలో ఎజెండాలో పూర్తిగా వివరించారు. ఎజెండా కాపీ నొక దానిని నాక్కూడా ఇచ్చారు.

అగర్వాల లేచారు. అంతటా నిశ్శబ్దం. అందరూ అతనేమి చెబుతాడో అని ఎదురు చూస్తున్నారు.

అగర్వాల, దాదాపు పాతిక సంవత్సరాలు క్రిందట, చిన్నపాటి వ్యాపారం కోసం సోంపేట, కంచిలి మండలాలలో వీరి కుటుంబాలు మహారాష్ట్ర, రాజస్థాన్ ల నుంచి వలస పక్షులుగా వచ్చారు.

ఆ రోజుల్లో ఎగసిపడిన నగ్జల్బరీ ఉద్యమంలోవారి తరాలవారు కూడా ఆహుతయినారని అంటారు. నిజా నిజాలు వారికే తప్ప బయట వారికి తెలియవు.

అయినప్పటికీ గడచిన పాతిక సంవత్సరాల కాలంలో వీరి సామ్రాజ్యం బాగానే విస్తరించింది. కంచిలి, కవిటి, సోంపేట, ఇచ్ఛాపురం మండలాల కొబ్బరి, జీడి వ్యాపారస్థులకు వారి మాటంటే వేదం. కాదు, కాదు, శాసనం. ఎవరు ఏమి చేయాలన్నా వారి అనుమతి, అనుగ్రహం అవసరం.

కాని వీరంతా ప్రజలలో కలసిపోయారు. ప్రజాసేవలో తరిస్తున్నారు. అలాగని రాజకీయాలలో చేరారనికాదు. కాని ప్రజల కష్టసుఖాలలో నిరంతరం పాలు పంచుకుంటూనే ఉన్నారు.

వ్యాపారం వేరు, ప్రజల కష్టసుఖాలలో పాలుపంచుకోవడం వేరు. దేనికదే! ఇదే వీరి నినాదం, వ్యాపార విజయరహస్యం.

ఆలోచనల నుండి వర్తమానానికి వచ్చేటట్టుగా చేసింది, అగర్వాల గొంతు.

"అందరికి నమస్కారం. ఉద్యమ నాయకుడు చెప్పింది కాదనేటంతటి సాహసం నాకు లేదు. వాస్తవ పరిస్థితులు నాకు తెలియవని అనను. కాని ఇక్కడొక విషయం మనమంతా మరచిపోకూడదు. తుఫాన్ ప్రభావం మన ఇరువర్గాల వారిపైన ఉంది. మీ స్థాయిలో కష్టాలు మీకుంటే, మా స్థాయి కష్టాలు మావి. కాదనగలరా?". కొంచెం సేపు ఆగారు.

'కాదనలేం' అన్నారు అందరూ.

మరలా అగర్వాల ప్రారంభించారు.

"నిన్న నాయకులంతా వచ్చి అప్పులు, వడ్డీలు మాఫీ లేదా ఒక సంవత్సరం పాటు వాయిదా వంటి విషయాలు చర్చించారు. ఇది అందరం ఆలోచించవలసిన విషయం కనుక, ఈ రోజు మనమంతా ఇక్కడ సమావేశమయ్యాం. నేను ముందుగా నా సహోదర వ్యాపారులతో ఈ విషయాలు చర్చిస్తాను. వారిని కూడా సంప్రదించి, వివరాలు మధ్యాహ్నం మీకు తెలియజేస్తాను. ఏది ఏమైనా ఒక విషయం మాత్రం మీకు నేను హామీ ఇస్తున్నాను. మీరు, మేము ఒకరికొకరంగా బ్రతుకుతున్న వారమే! కనుక మీ క్షేమం కోరటం మా బాధ్యత. ఈ విషయంలో మీరంతా నిశ్చింతగా ఉండవచ్చు" అని ముగించారు. తనతో సహా మరో పదిమంది వ్యాపారులతో కలిసి కారులో దగ్గరగా ఉన్న ఓ రాజకీయ నాయకుడి ఇంటికి వెళ్ళారు, చర్చలకోసం.

అగర్వాల మాటలు విన్న తరువాత, అతను వ్యాపారంలో ఇంతగా ఎదగటానికి గల కారణం తెలుసు, ప్రజలకు ముఖ్యంగా రైతులకు ఏమి చెప్పాలో ,ఎలా చెప్పాలో అతనికి బాగా తెలుసని తెలిసింది. పాముల సంగతి క్షుణంగా తెలిసిన మంత్రగాడు ఇతను.

అందరూ లేచి హాలు బయటకు వచ్చారు, టీ తాగుదామని.

నేను మాత్రం హాలులోనే ఉండిపోయాను. నాకు, ఈ సమావేశానికి అసలు సంబంధం లేదు. కాని నా మిత్రుని బలవంతం మీద వచ్చాను. నేనొక పాఠశాలలో పనిచేస్తున్న ఉపాధ్యాయుణ్ణి. నాకెందుకీ రాజకీయాలు, సమావేశాలు, తీర్మానాలూనూ!

అయినా నలుగురు మధ్య మసలుతున్నపుడు ఆ నలుగురి సమస్యలు మనవిగానే భావించాలి కదా! మనం సంఘజీవులం.

★★★

కంచిలి, సోంపేట, బారువా, కవిటి, ఇచ్ఛాపురం, ఈ అయిదు మండలాల పరిధిలో గల కొన్ని వేల కుటుంబాలకు కొబ్బరి జీవనాధారం. కొన్ని పదుల తరాలుగా వారి కుటుంబాలు కొబ్బరిచెట్టుతో పెనవేసుకు పోయాయంటే అతిశయోక్తి కాదు. కోనసీమ తరువాత ఉద్దానం ఉద్యానవనంగా ఖ్యాతి గడిచింది. కొన్నివేల ఎకరాలలో కొబ్బరిపంట వలన దాదాపు కోట్ల రూపాయల వ్యాపారం జరుగుతున్నది. కొబ్బరికి తోడు జీడి వ్యాపారం కూడా ఎక్కువే.

కాని, ఈ మధ్యకాలంలో వచ్చిన తుఫాన్ కారణంగా కోట్లు సంపాదించిన కొబ్బరి రైతు, జీడి రైతులు కాస్తా కూటికిలేని వారుగా మారిపోయారు.

ఇందుకు అనేక కారణాలున్నాయి. కర్ణుడి చావుకు వంద కారణాలు లాగ, కొబ్బరినే నమ్ముకున్న రైతులకు సంవత్సరానికి 'ఆరు దింపులు', అవీ రెండు నెలలకు ఒకసారి కారణంగా, ప్రతీ దింపుకు అతనికున్న భూమి విస్తీర్ణంను బట్టి 'వేలు' నుంచి 'లక్షల' వరకు ఆదాయం ఉంటుంది. భూమిపైన దాదాపు ఎనభైశాతం రైతులు పెట్టిన పెట్టుబడులు తక్కువే. అంటే ఆయాచిత ఆదాయమన్నమాట. ఈ కారణంగా ముందు చూపులేని రైతులు, వారి కుటుంబ సభ్యులు రాజకీయాలు, సాంస్కృతిక కార్యక్రమాలు, నాగరికత తెచ్చే 'సరదాలు', కాదు 'షి' కార్లు, అవసరాలకి, ఆదాయానికి మించిన ఖర్చులతో, అయినకాడికి అప్పులు లక్షల్లో చేయడం ఓ అలవాటుగా మారిపోయింది. అయితే అందరూ ఇటువంటి వారే అనలేం. ముందు జాగ్రత్త ఉన్నవారు, తమ ఆదాయాలను వేరొక మార్గంలోకి మళ్ళించుకున్నారు. ఇదిగో ఈ వర్గం వారే మిగిలిన వారికి నూటికి రూపాయిన్నర నుండి రెండున్నర వరకు వడ్డీకి రుణాలు ఇచ్చి, అందుకుగాను వారి కొబ్బరి కాయలను 'తమకే' అమ్మాలనే షరతుతో వ్యాపారం చేస్తున్నారు.

ఈ కారణంగా గత కొన్ని సంవత్సరాలుగా తమ కుటుంబాలు సజావుగా సాగుతున్నందుకు సహకరిస్తున్న వ్యాపారులకి, వారు చెప్పిన తక్కువ ధరలకే కాయలను అమ్ముకుంటున్నారు. ధర తక్కువ ఇస్తున్నారు, కాస్త పెంచితే బాగుంటుంది మిత్తయ్య అని ఏ రైతయినా అంటే 'నేను ఇంతకన్నా ఇచ్చుకోలేను. మార్కెట్లో గిరాకీ లేదు. కాదంటే నా అప్పు తీర్చి కాయలను వేరొకరికి అమ్ముకో. నీ కష్టం నీ నాకెందుకు' అంటారు వ్యాపారులు.

గొంతులో పచ్చి వెలక్కాయ చందంగా ఉన్న ఉద్దానం కొబ్బరి రైతులను పూర్తిగా చేతులెత్తేసే విధంగా చేసింది తుఫాన్.

కేరళ నుంచి మహారాష్ట్ర వరకు తమ జీడి, కొబ్బరులతో వ్యాపారం చేసిన వర్తకులు, నేడు వ్యాపారుల ముంగిట వడ్డీలు కట్టడానికి కొంత సమయం 'గడువు' కోరుతున్నారు. బహుశా ప్రజాస్వామ్యం నిర్వచనం ఇదేనేమో. ఈ నేపథ్యంలో, తమ సమస్యలు శాంతియుత మార్గంలో తెలియజేయడానికి రైతులు ఉద్యమించారు. ఎన్నో ఉద్యమాలకు కన్నతల్లి అయిన ఉద్దానం, మరో ఉద్యమానికి ఊపిరి పోసింది. ప్రభుత్వాలకు తమ ప్రతినిధుల ద్వారా విన్నపాలు పంపారు. కేంద్ర, రాష్ట్ర ప్రభుత్వాలు ఇందుకనుగుణంగానే స్పందించాయి. సహాయాలను ప్రకటించాయి. కాని అవి ఇంతవరకు అందలేదు. అందినా బ్యూరాక్రాట్స్ పి.సి.లు పోనూ ఎంతదక్కుతుందో?

మరో మార్గం వ్యాపారులను వడ్డీలు తగ్గించమనడం, మాఫీ చేయమనడం. 'అసలు'ను ఒక సంవత్సరం తరువాత వాయిదాల పద్ధతిలో తీరుస్తామనడం.

పాము కరవకూడదు, కప్ప చావకూడదు. కాని పాముకు కావలసింది కప్పచావే. కప్ప మాత్రం తుదివరకు ప్రాణ రక్షణ కోసం ప్రయత్నిస్తుంది. శక్తికి మించిన పని అయినప్పటికి

ఎదురు తిరుగుతుంది. ఇది ఉద్యమాలకాలం. ఒక కప్ప సాధించలేనిది. అనేక కప్పలు సాధించవచ్చు. బలవంతమైన సర్పము చలిచీమలు చేతికి చిక్కి చనిపోవును.

వ్యాపారులు బలవంతమైన సర్పాలే కాదు, తెలివైన సర్పాలు వంటివారు. వీరు కరవరు, చంపరు, చచ్చేటట్టు చేస్తారు.

ఈ పోరాటం ముగింపు ఏ విధంగా ఉంటుందో? ఇక్కడ మరోమలుపు ఉంది. ఈ ఉద్యమంలో కొందరు 'శల్యసారధులు' ఉంటారు. వీరింకా రైతుల పక్షంలోనే ఉంటారు.

వ్యాపారుల ఉప్పు, పులుసు తింటుంటారు. వారి కోసమే బ్రతుకుతారు.

వీరిని రైతులు 'తమ' వారే అనుకుంటారు. తమకోసమే 'వారి' పోరాటమనుకుంటారు. ఈ విషయం నాకు ఆలస్యంగా తెలిసింది.

★★★

మధ్యాహ్నం రెండు గంటలైంది.

మేమంతా దాదాపు మూడువందల మంది కొబ్బరి రైతులం, నాయకులు, అందరం ఎవరికి తోచిన వారి ఇంట్లో, లేకపోతే హోటల్లో భోజనాలు కానిచ్చి సమావేశ స్థలానికి చేరుకున్నాం. అందరూ వచ్చారు, వ్యాపారులు కూడా.

సమావేశం ఆరంభమవుతుంది. రాజమల్లు, కాస్త నీతి నిజాయితీగా వ్యాపారం చేసే వ్యాపారులకు, రైతులకు మధ్య సంధానకర్తగా వ్యవహరించే వ్యవహారకర్త. ఈ సారి సభను ప్రారంభించాడు. "వ్యాపారులంతా ఏదో పెద్ద పథకాన్నే సిద్ధం చేసారు మాష్టారు. లేకుంటే ఇతగాడిని ముందుకుతేరు". దానప్ప మాటలు. నాకు దగ్గరగా వచ్చి అన్నారు. ఇతను కూడా కొబ్బరి రైతే. నేను పనిచేస్తున్న పాఠశాల విద్యాకమిటీ చైర్మన్ కూడా. పరమ నిక్కచ్చి మనిషి. మంచివాడు. నేను మౌనం వహించాను, అతను కూడా.

రాజమల్లు ప్రారంభించాడు. "ఉదయం అనుకున్నట్టుగానే ఇది ఇరువర్గాల వారి సమస్య. మనమందరం ఒక్కటే. ఒకరు కష్టంలో ఉన్నప్పుడు మరొకరు అదుకోవాలి. కనుక మేమంతా ఒకటనుకున్నాం. అదేమిటంటే, ఒక సంవత్సరం వరకు మీరు వడ్డీ చెల్లించనవసరం లేదు"

అందరూ ఆనందంగా చప్పట్లు కొట్టారు.

"నా మాట మీరు పూర్తిగా వినాలి. కాని ఆ సంవత్సరంలోపునే మీ ఇష్టం, మీకున్న సమయంలో లక్షలోపు అప్పులను ఆరునెలలు లోపుగా, అంతకు మించిన అప్పులను సంవత్సరం లోపుగా పూర్తిగా తీర్చివేయాలి. మా కష్టాలు కూడా మీరు ఆలోచించాలి. మా డబ్బంతా దాదాపు కోట్ల రూపాయలు మీవద్ద ఉండిపోయింది. మరి మేముకూడా ఆ డబ్బును ఇంకోచోట అప్పుగా తెచ్చినవాళ్ళమే కదా!" రాజమల్లు ఇంకా ఏదో మాట్లాడుతున్నారు.

జనంలో కలకలం మొదలైంది. నాయకుడైన రాఘవలేచి, "మీరేదో మాకు సహాయం చేస్తారని భ్రమించడం మాదే పొరపాటు. మా కష్టాలను తెలిపి న్యాయం చేస్తారనుకుంటే ఇదన్నమాట మీ నిర్ణయం. బాగుంది. మందు రాయమంటే మరి రెండు మొట్టికాయలు పెట్టిందన్నట్లుగా ఉంది మీ వరుస. మరోమాట ఏదైనా మాట్లాడండి. ఈ ఒప్పందం మాకు అంగీకారం కాదు" అని మిగిలిన వారివైపు చూచాడు. అందరూ అతణ్ణి సమర్థించారు.

వ్యాపారులు మళ్ళీ ఆలోచనలో పడ్డారు. రాఘవ అందుకున్నాడు.

"మీరు గతంలో రెండుసార్లు వడ్డీలు పెంచారు. అయినాసరే మేమంతా కట్టేవాళ్ళం. కాని వర్తమాన పరిస్థితులు మీకు తెలుసు. తుఫాన్ కారణంగా వందపణాలు దిగే తోటలో కేవలం ఆరేడు పణాలు మాత్రమే దిగుతున్నాయి. రాబడి తిండికి సరిపోవడం లేదు. దెబ్బతిన్న చెట్టు, కాపు వచ్చేసరికి మరో ఆరు సంవత్సరాలు పడుతుంది. ఇవన్నీ మీకు తెలుసు. తెలిసి ఈ విధంగా నిర్ణయించడం ఏ రకంగా సమర్థనీయమో మీరే చెప్పండి. కాదంటే చెప్పండి. మా తోటలన్నీ మీరే కొని, ఏదో ధరకు మమ్మల్ని కూలీలుగా పెట్టుకోండి. సంతోషంగా ఒప్పుకుంటాం. అంతేగాని ఈ విధమైన నిర్ణయానికి మేము అంగీకరించలేం" అని ఖచ్చితంగా చెప్పేసాడు.

ఇంతలో "ఎందుకండీ వారితో అంత ఘర్షణ. వడ్డీలు ఎవరికోసం తగ్గిస్తారు. అయినా వారిని అంతగా ఎందుకు బ్రతిమాలుకోవాలి. కాయలు మనమే సంతలకు తీసుకువెళ్ళి అమ్ముకుందాం. రేట్లు తగ్గించరు, పెంచరు. మన కోతల కాలంలో ఇస్తున్నరేట్లకే ఇస్తున్నారు. అప్పులు కూడా దయాధర్మంగా ఇవ్వటం లేదు. ఒకరకంగా మనం వారిదగ్గర బానిసలుగా ఉంటున్నాం" అంటూనే వేదిక దగ్గరకు వేగంగా వెళ్ళి అక్కడ కూర్చున్న వ్యాపారులతో

"మీ ఇష్టం వచ్చిన పని మీరు చేసుకోండి. మేమసలు వడ్డీ కాదు కదా, అసలు కూడా కట్టం. ఏం చేయగలరో చేసుకోండి. పదండి అందరం వెళ్ళిపోదాం" అన్నాడు కృష్ణ ఆవేశంగా. ఇతను కూడా రైతే. తుఫాన్లో ఇతని మొత్తం తోట దెబ్బతిన్నది. భారీగానే నష్టపోయాడు. ఆ ఉక్రోషంలో ఏవేవో మాట్లాడుతున్నాడు.

వ్యవహారం బెడిసి కొడుతుందని భావించిన రాఘవ, కృష్ణను వెనుకకు తీసుకువచ్చాడు.

"మేమంతా కృష్ణ చెప్పిన మాటలలో వాస్తవమెంతో ఆలోచిస్తున్నాం. వ్యాపారులు కూడా ఇది గ్రహించారు" రాజమల్లు అన్నాడు.

"ఉదయం నుంచి ఇంతవరకు చర్చించుకున్నాం. ఏ విషయం తేలలేదు. వాదించదగిన విషయమే ఇది. మీ నిర్ణయం చెప్పారు కదా! కృష్ణ మాటలకు చాలామంది ఆలోచనలలో పడ్డారు. అంటే అతడి మాటలు మీకు ఆమోదయోగ్యంగానే ఉన్నాయనుకుంటున్నాము. మంచిదే! మీ పని మీరు చేయండి. మా పని మేము చేసుకుంటాం. వ్యవహారం అన్నాకా పట్టు విడుపు అవసరం. ఈ విషయం మీకు తెలియకపోవడం విచారకరం".

కృష్ణ, రాఘవ చేతిని విడిపించుకుని "ఏంటండీ? మా గురించి మీరు జాలిపడటం, కష్టపడటం మాకు తెలియంది కాదు. మీకే చేతకాదు. నోట్లు మార్చడం కాదండి, పంట పండించడమంటే! ఏం భయపెడుతున్నారా? మామీద మీరు ఆధారపడి ఉన్నారు. కాస్త దయతలచమంటే నిక్కుతున్నారు. వందపణాల కాయలకు వందకాయలు పోయాయంటారు. లారీ సిబ్బంది ఖర్చులు మావేనంటారు. కాయలు బాగోలేవు అంటారు. పోనీ కాయలు వేసిన వెంటనే లెక్కలు చూడరు. మీ లెక్కలలో చెప్పాలంటే మీరు లెక్కలు వేయని కాలానికి మా డబ్బుకు వడ్డీ ఎవరిస్తారు? అదే మీరైతే ఒక రోజు కూడా వడ్డీ వసూలు చేస్తారు. ఎవరిది అన్యాయం. తిరిగి పట్టు విడుపులు మాకు తెలియవంటున్నారు"

వ్యాపారులకు కూడా కోపం వచ్చింది.

'మా నిర్ణయానికి కట్టుబడతారో, లేదో మీరే తేల్చుకోండి. కాని దానికి మాత్రం తిరుగులేదు. మీ ఇష్టం' అని లేచి వేదికదిగి గబగబా వెళ్లిపోయారు.

కాని వారి ముఖాలలో ఏదో తెలియని సంతోషరేఖ నా దృష్టి పథం నుంచి దాటిపోలేదు.

అందరం బయటకు వచ్చేసాం. ఎవరిదారి వారిదిగా, ఎవరికివారు నిరాశగా వెళ్లిపోతున్నారు. నేను, దానప్పగారు బస్టాండుకి చేరుకున్నాం.

నేనన్నాను"ఎందుకో కృష్ణమాటలు సహజంగా లేవు. కాని వాస్తవంగా ఉన్నాయి. ఏదో తిరకాసుగా ఉన్నాయి. అతను కోపంలోనే అని ఉండవచ్చు. బాధలో అనవచ్చు. కాని వ్యవహారం చెడి పోయింది కదా! దీనివలన వ్యాపారులంతా మరింతగా బిగుసుకుపోతారు"

ఒక్కక్షణం నిశ్శబ్దం తరువాత దానప్పగారు అసలు విషయం చెప్పారు "కృష్ణ వాళ్ళ మనిషి"

నాకాశ్చర్యం వేసింది. ఏమిటీ రాజకీయం?

"అవును. ఇటువంటి సమస్యలు చర్చించుకొనే సమావేశాలకు కృష్ణవంటి వారిని వారు ప్రత్యేకంగా ఆహ్వానిస్తారు. మరో విషయం, కృష్ణకు వారితో ఎటువంటి అప్పుల లావాదేవీలుండవు. అతని తోటలోని కర్రను అంటే చెట్లను మిగిలిన ఫలసాయాన్ని వారే కొని అతడిని ఆదుకుంటారు. అవసరమైతే తృణమో పణమో ముట్టజెప్తుతారు. మహాభారతంలో శల్యుని వంటివాడు ఈ కృష్ణ. ఇంకా ఎక్కువ మీకు చెప్పనవసరం లేదు"

మేము అలా మాట్లాడుకుంటూ కొంచెం ముందుకు వెళ్లాము. అక్కడొక గుంపు సమావేశమయ్యారు. వారి దగ్గరకు వెళ్లాం. వారిలో కొందరు దానప్పగారిని పలకరించారు. వారి మాటల సారాంశం.

"ఏది ఏమైనా సరే. మన బ్రతుకులు కూలీ బ్రతుకులుగా మారిపోయాయి. ఇంకా దేనికోసం వ్యాపారులను దేబిరించడం. వారు మాత్రం దిగకపోరు. మరోకోణం కూడా వుంది. మనం మరికొంచెం మీదకు అంటే కోర్టు వరకు వెళితే వ్యాపారులంతా ఇన్కంటాక్స్ వారి చేతుల్లో నిమ్మపండుల్లాగా నలుగుతారు. ఆ భయం వారికి కూడా ఉంది. మరో

విషయం. మనం వందమందిమి. వారు పదిమంది. ఆకలితో ఉన్న రైతులు ఏమి చేయగలరో వారికి కూడా తెలియాలికదా. చూద్దాం! ఏదో ఒకటి తప్పకుండా చేద్దాం"

వారి మాటలలో ఉద్యమ ఉనికి స్పష్టంగా కనిపిస్తున్నది.

ఆకలి ఉద్యమాలకు 'నాంది' వాక్యం పలుకుతుంది.

సగటు మనిషి ఉద్యమకర్తగా మారతాడు. ఉద్దానంలో మరో ఉద్యమం బయలుదేరవచ్చు.

ఈ ఉద్యమానికి 'కాలం' ఎంతవరకు సహకరిస్తుందో చూడాలి.

కాలంపైన నాకు నమ్మకం వుంది.

(పణం' అంటే 80 కాయలు, చిన్నమ్మను మిత్తమ్మగా, చిన్నయ్య లేదా పెద్దయ్యలను 'మిత్తయ్య'గా ఈ ప్రాంతంలో వ్యవహరిస్తారు).

KASTURI VIJAYAM

00-91 95150 54998
KASTURIVIJAYAM@GMAIL.COM

SUPPORTS

- PUBLISH YOUR BOOK AS YOUR OWN PUBLISHER.

- PAPERBACK & E-BOOK SELF-PUBLISHING

- SUPPORT PRINT ON-DEMAND.

- YOUR PRINTED BOOKS AVAILABLE AROUND THE WORLD.

- EASY TO MANAGE YOUR BOOK'S LOGISTICS AND TRACK YOUR REPORTING.